ஒலிம்பிக்
வினா – விடை களஞ்சியம்

யஷ்வந்த்

சத்யா

Title:
Olympic Vinaa Vidai Kalanchiyam
Yashwanth

ISBN: 978-93-92474-61-3
Title Code : Sathyaa - 070

நூல் தலைப்பு
ஒலிம்பிக்
வினா – விடை களஞ்சியம்

நூல் ஆசிரியர்
யஷ்வந்த்

முதற்பதிப்பு
ஜூன் 2024

விலை : ₹ 60

பக்கம் : 64

Printed in India

Published by
Sathyaa Enterprises
No.137, First Floor,
Choolaimedu,
Chennai - 600 094.
044 - 4507 4203

Email
sathyaabooks@gmail.com

கிரேக் சாப்பல் எந்த நாட்டு கிரிக்கெட் வீரர்?
ஆஸ்திரேலியா

கிளை வால்காட் எந்த நாட்டு கிரிக்கெட் வீரர்?
மேற்கிந்தியத்தீவுகள்

ஹனீப்முகமது எந்த நாட்டு கிரிக்கெட் வீரர்?
பாகிஸ்தான்

ஆலன்டொனால்டு எந்த நாட்டு கிரிக்கெட் வீரர்?
தென் ஆப்பிரிக்கா

சுனில் கவாஸ்கர் எந்த நாட்டு கிரிக்கெட் வீரர்?
இந்தியா

வெஸ்ஹால் எந்த நாட்டு கிரிக்கெட் வீரர்?
மேற்கிந்தியத் தீவுகள்

நீல்ஹார்லி எந்த நாட்டு கிரிக்கெட் வீரர்?
ஆஸ்திரேலியா

சோனிரமதின் எந்த நாட்டு கிரிக்கெட் வீரர்?
மேற்கிந்தியத்தீவுகள்

வாசிம் அக்ரம் எந்த நாட்டு கிரிக்கெட் வீரர்?
பாகிஸ்தான்

லெரி கான்ஸ்டன்டைன் எந்த நாட்டு கிரிக்கெட் வீரர்?
மேற்கிந்தியத்தீவுகள்

ஜெஃப் தாம்ஸன் எந்த நாட்டு கிரிக்கெட் வீரர்?
ஆஸ்திரேலியா

கபில் தேவ் எந்த நாட்டு கிரிக்கெட் வீரர்?
இந்தியா

ஜிம்லேகர் எந்த நாட்டு கிரிக்கெட் வீரர்?
இங்கிலாந்து

அனில்கும்ளே எந்த நாட்டு கிரிக்கெட் வீரர்?
இந்தியா

பாபி சிம்ஸன் எந்த நாட்டு கிரிக்கெட் வீரர்?
ஆஸ்திரேலியா

துப்பாக்கி சுடும் வீராங்கனை அல்ரிக் ஹோமர் எந்த நாட்டைச் சேர்ந்தவர்?
ஜெர்மனி

துப்பாக்கி சுடும் வீராங்கனை வாண்டா ஜாவலி எந்த நாட்டைச் சேர்ந்தவர்?
அமெரிக்கா

துப்பாக்கி சுடும் வீராங்கனை வாலண்டினா ஷெர் காசோவா எந்த நாட்டைச் சேர்ந்தவர்?
ரஷ்யா

துப்பாக்கி சுடும் வீராங்கனை எடித்கல்ஃபர் எந்த நாட்டைச் சேர்ந்தவர்?
இத்தாலி

துப்பாக்கி சுடும் வீராங்கனை பெட்ரா ஹோமபர் எந்த நாட்டைச் சேர்ந்தவர்?
ஜெர்மனி

துப்பாக்கி சுடும் வீராங்கனை ஆரங்கா பைண்டர் எந்த நாட்டைச் சேர்ந்தவர்?
யுகோஸ்லோவியா

துப்பாக்கி சுடும் வீராங்கனை ஓல்கா க்யாசேனவ் எந்த நாட்டைச் சேர்ந்தவர்?
ரஷ்யா

துப்பாக்கி சுடும் வீராங்கனை ஜாங்னா சேகரிக் எந்த நாட்டைச் சேர்ந்தவர்?
யுகோஸ்லேவியா

துப்பாக்கி சுடும் வீராங்கனை மரியா குருஸ்டேவா எந்த நாட்டைச் சேர்ந்தவர்?
பல்கேரியா

துப்பாக்கி சுடும் வீராங்கனை கிம்ரோட் எந்த நாட்டைச் சேர்ந்தவர்?
அமெரிக்கா

துப்பாக்கி சுடும் வீராங்கனை பேட் ஸ்பர்ஜின் எந்த நாட்டைச் சேர்ந்தவர்
அமெரிக்கா

துப்பாக்கி சுடும் வீராங்கனை வெஸலா லெட்சேவா எந்த நாட்டைச் சேர்ந்தவர்?
பல்கேரியா

குத்துச்சண்டை வீரர் ஒலிவர் கிர்க் எந்த நாட்டைச் சேர்ந்தவர்?
அமெரிக்கா

குத்துச்சண்டை வீரர் டைபர் காசிக் எந்த நாட்டைச் சேர்ந்தவர்?
ஹங்கேரி

குத்துச்சண்டை வீரர் ஜான்ஹொர்தான்டஸ் எந்த நாட்டைச் சேர்ந்தவர்?
கியூபா

குத்துச்சண்டை வீரர் ஜான்கொண்டன் எந்த நாட்டைச் சேர்ந்தவர்?
இங்கிலாந்து

குத்துச்சண்டை வீரர் கிறிஸ்டோபர்கிரகாம் எந்த நாட்டைச் சேர்ந்தவர்?
கனடா

குத்துச்சண்டை வீரர் ஜான்டாலி எந்த நாட்டைச் சேர்ந்தவர்?
அமெரிக்கா

குத்துச்சண்டை வீரர் ஜாக்வில்சன் எந்த நாட்டைச் சேர்ந்தவர்?
அமெரிக்கா

குத்துச்சண்டை வீரர் அல்போன்சா ஸமோரா எந்த நாட்டைச் சேர்ந்தவர்?
மெக்ஸிகோ

குத்துச்சண்டை வீரர் சார்லஸ்மூனி எந்த நாட்டைச் சேர்ந்தவர்?
அமெரிக்கா

குத்துச்சண்டை வீரர் அலெக்ஸாண்டர் கிறிஸ்டோ எந்த நாட்டைச் சேர்ந்தவர்?
பல்கேரியா

மைக்கேல் ஜான்சன் எந்த நாட்டு ஓட்டப் பந்தய வீரர்?
அமெரிக்கா

பிளாக் எந்த நாட்டு ஓட்டப் பந்தய வீரர்?
அமெரிக்கா

வில்லியம்கார் எந்த நாட்டு ஓட்டப் பந்தய வீரர்?
அமெரிக்கா

மென்னா எந்த நாட்டு ஓட்டப் பந்தய வீரர்?
இத்தாலி

பால்பில் கிரிம்ஸ் எந்த நாட்டு ஓட்டப் பந்தய வீரர்?
அமெரிக்கா

சாம்சன் கிட்டூர் எந்த நாட்டு ஓட்டப் பந்தய வீரர்?
கென்யா

ஆல்பர்ட் ஹில் எந்த நாட்டு ஓட்டப் பந்தய வீரர்?
இங்கிலாந்து

டானி எந்த நாட்டு ஓட்டப் பந்தய வீரர்?
ஹங்கேரி

லான்சி எந்த நாட்டு ஓட்டப் பந்தய வீரர்?
இத்தாலி

கிரோதர்ஸ் எந்த நாட்டு ஓட்டப் பந்தய வீரர்?
கனடா

கோலமிங் எந்த நாட்டு ஓட்டப் பந்தய வீரர்?
ஜெர்மனி

ஷெப்போர்டு எந்த நாட்டு ஓட்டப் பந்தய வீரர்?
அமெரிக்கா

சார்லஸ் பென்னட் எந்த நாட்டு ஓட்டப் பந்தய வீரர்?
இங்கிலாந்து

ரூட் எந்த நாட்டு ஓட்டப் பந்தய வீரர்?
தென்னாப்பிரிக்கா

சுனில் கவாஸ்கர் பிறந்த இடம் எது?
மும்பை

கபில்தேவ் பிறந்த இடம் எது?
சண்டிகர்

மார்க்வாஹ் பிறந்த இடம் எது?
சிட்னி

ஜவஹல் ஸ்ரீநாத் பிறந்த இடம் எது?
மைசூர்

ஆலன் பார்டர் பிறந்த இடம் எது?
சிட்னி

கோர்ட்னி வால்ஷ் பிறந்த இடம் எது?
ஜமைக்கா

ஆடம் கில் கிறிஸ்ட் பிறந்த இடம் எது?
ஆஸ்திரேலியா

டான் பிராட்மன் பிறந்த இடம் எது?
நியுசவுத் வேல்ஸ்

கிளைவ் லாயிட் பிறந்த இடம் எது?
பிரிட்டிஷ் கயானா மேற்கு இந்தியத்தீவு

அர்ஜீன் ரணதுங்கா பிறந்த இடம் எது?
கொழும்பு - இலங்கை

நீல் ஜான் பிறந்த இடம் எது?
ஹராரே - ஜிம்பாப்வே

விஜய் ஹாரே பிறந்த இடம் எது?
மகாராஷ்ட்ரா

சச்சின் டெண்டுல்கர் பிறந்த இடம் எது?
மும்பை

இந்திரா தங்க கோப்பை எந்த விளையாட்டுடன் தொடர்புடையது?
ஹாக்கி

ஆசிய கோப்பை எந்த விளையாட்டுடன் தொடர்புடையது?
ஹாக்கி

டேவிஸ் கோப்பை எந்த விளையாட்டைச் சார்ந்தது?
லான் டென்னிஸ்

ரெங்கசாமி கோப்பை எதனுடன் தொடர்புடையது?
தேசிய ஹாக்கி

விம்பில்டன் கோப்பை எதனுடன் தொடர்புடையது?
சர்வதேசியலான் டென்னிஸ்

குருநானக்கோப்பை எதனுடன் தொடர்புடையது?
தேசிய ஹாக்கி

தியான் சந்த் டிராபி எதனுடன் தொடர்புடையது?
தேசிய ஹாக்கி

டாக்டர் ராஜேந்திர பிரசாத் கோப்பை எதனுடன் தொடர்புடையது?
தேசிய லான் டென்னிஸ்

தாமஸ் பர்க் எந்த நாட்டு ஓட்டப்பந்தய வீரர்?
அமெரிக்கா

பெர்சி வில்லியம்ஸ் எந்த நாட்டு ஓட்டப்பந்தய வீரர்?
கனடா

ஆலன்வெல்ஸ் எந்த நாட்டு ஓட்டப்பந்தய வீரர்?
இங்கிலாந்து

பேக்கர் எந்த நாட்டு ஓட்டப்பந்தய வீரர்?
அமெரிக்கா

1964ல் ஒலிம்பிக் ஹாக்கி ஆடவர் பிரிவில் வெள்ளி வென்ற நாடு எது?
பாகிஸ்தான்

1968ல் ஒலிம்பிக் ஹாக்கி ஆடவர் பிரிவில் வெள்ளி வென்ற நாடு எது?
ஆஸ்திரேலியா

1972ல் ஒலிம்பிக் ஹாக்கி ஆடவர் பிரிவில் வெள்ளி வென்ற நாடு எது?
பாகிஸ்தான்

1976ல் ஒலிம்பிக் ஹாக்கி ஆடவர் பிரிவில் வெள்ளி வென்ற நாடு எது?
ஆஸ்திரேலியா

1980ல் ஒலிம்பிக் ஹாக்கி ஆடவர் பிரிவில் வெள்ளி வென்ற நாடு எது?
ஸ்பெயின்

1992ல் ஒலிம்பிக் ஹாக்கி ஆடவர் பிரிவில் வெள்ளி வென்ற நாடு எது?
ஆஸ்திரேலியா

1996ல் ஒலிம்பிக் ஹாக்கி ஆடவர் பிரிவில் வெள்ளி வென்ற நாடு எது?
ஸ்பெயின்

1908ல் ஒலிம்பிக் ஹாக்கி ஆடவர் பிரிவில் வெண்கலம் வென்ற நாடு எது?
ஸ்காட்லாந்து

1920ல் ஒலிம்பிக் ஹாக்கி ஆடவர் பிரிவில் வெண்கலம் வென்ற நாடு எது?
பெல்ஜியம்

1928ல் ஒலிம்பிக் ஹாக்கி ஆடவர் பிரிவில் வெண்கலம் வென்ற நாடு எது?
ஜெர்மனி

1932ல் ஒலிம்பிக் ஹாக்கி ஆடவர் பிரிவில் வெண்கலம் வென்ற நாடு எது?
அமெரிக்கா

ஜான் ரோனிஜன் எந்த நாட்டு மல்யுத்த வீரர்?
வடகொரியா

லேஜோஸ்ரேஸ் எந்த நாட்டு மல்யுத்த வீரர்?
ஹங்கேரி

லியோ ஹோான்கலா எந்த நாட்டு மல்யுத்த வீரர்?
பின்லாந்து

மின்கியாஸ் எந்த நாட்டு மல்யுத்த வீரர்?
தென்கொரியா

ஜானாங் வர்கா எந்த நாட்டு மல்யுத்த வீரர்?
ஹங்கேரி

மார்செலியோ நிஜோலா எந்த நாட்டு மல்யுத்த வீரர்?
இத்தாலி

எட்வின் வெஸ்டார்டி எந்த நாட்டு மல்யுத்த வீரர்?
ஸ்வீடன்

மாசாகி பிடோ எந்த நாட்டு மல்யுத்த வீரர்?
ஜப்பான்

குளோவனி ஜோஸி எந்த நாட்டு மல்யுத்த வீரர்?
இத்தாலி

ஓங்கரி பிரிமன் எந்த நாட்டு மல்யுத்த வீரர்?
பின்லாந்து

எரிக் மாம்பர்க் எந்த நாட்டு மல்யுத்த வீரர்?
ஸ்வீடன்

நெல்சன் டேவிட்யன் எந்த நாட்டு மல்யுத்த வீரர்?
ரஷ்யா

லாரி கோஸ்கெல்லா எந்த நாட்டு மல்யுத்த வீரர்?
பின்லாந்து

மாக்மட் பிரிம் எந்த நாட்டு மல்யுத்த வீரர்?
துருக்கி

விலாடோ ரிசாக் எந்த நாட்டு மல்யுத்த வீரர்?
யுகோஸ்லேவியா

எட்வர்டு ஸ்பெர்லிங் எந்த நாட்டு மல்யுத்த வீரர்?
ஜெர்மனி

டாடியோ சிப்லா எந்த நாட்டு மல்யுத்த வீரர்?
பின்லாந்து

கிம்யங் நாம் எந்த நாட்டு மல்யுத்த வீரர்?
தென்கொரியா

ரோஜர் டால்ரோத் எந்த நாட்டு மல்யுத்த வீரர்?
ஸ்வீடன்

ஹென்ரிக்ஹான்சன் எந்த நாட்டு மல்யுத்த வீரர்?
டென்மார்க்

கார்ல் வெஸ்டர்ன் எந்த நாட்டு மல்யுத்த வீரர்?
ஸ்வீடன்

ஹெக்டர்மிலன் எந்த நாட்டு மல்யுத்த வீரர்?
கியூபா

ஜான்போல் கோவிஷ் எந்த நாட்டு மல்யுத்த வீரர்?
போலந்து

ராபர்ட் பேப்ரன்ஸ் எந்த நாட்டு மல்யுத்த வீரர்?
டென்மார்க்

நிக்கோலி பெலெவ் எந்த நாட்டு மல்யுத்த வீரர்?
ரஷ்யா

ருடால்ஃப் ஸ்வென்சன் எந்த நாட்டு மல்யுத்த வீரர்?
ஸ்வீடன்

அடால்ஃப் ரீகர் எந்த நாட்டு மல்யுத்த வீரர்?
ஜெர்மனி

கர்ட் ஏஞ்சல் எந்த நாட்டு மல்யுத்த வீரர்?
அமெரிக்கா

ஹெஸ்கோ பேரட் எந்த நாட்டு மல்யுத்த வீரர்?
ஜெர்மனி

எமலி போலிவ் எந்த நாட்டு மல்யுத்த வீரர்?
பிரான்ஸ்

ஜான் பீட்டர்சன் எந்த நாட்டு மல்யுத்த வீரர்?
அமெரிக்கா

மியர் ஆலிவர் எந்த நாட்டு மல்யுத்த வீரர்?
பெல்ஜியம்

அடில் காண்டமில் எந்த நாட்டு மல்யுத்த வீரர்?
துருக்கி

ஹாசன் கங்கூர் எந்த நாட்டு மல்யுத்த வீரர்?
துருக்கி

ஜோசப் துன்யோகி எந்த நாட்டு மல்யுத்த வீரர்?
ஹங்கோ

டேனியல் பிராண்டு எந்த நாட்டு மல்யுத்த வீரர்?
அமெரிக்கா

ஆண்டர்ஸ் லார்சன் எந்த நாட்டு மல்யுத்த வீரர்?
ஸ்வீடன்

எட்பெனாக் எந்த நாட்டு மல்யுத்த வீரர்?
அமெரிக்கா

யோலா போடிங் எந்த நாட்டு மல்யுத்த வீரர்?
ஹங்கேரி

சார்லஸ் கோயாஸ் எந்த நாட்டு மல்யுத்த வீரர்?
பிரான்ஸ்

ராபின்ரீட் எந்த நாட்டு மல்யுத்த வீரர்?
அமெரிக்கா

ஜஸ் மோயஸ் எந்த நாட்டு மல்யுத்த வீரர்?
கொரியா

ஜேம்ஸ் ட்ரிபுரினோவ் எந்த நாட்டு மல்யுத்த வீரர்?
கனடா

வாசியோ கிளிங்கா எந்த நாட்டு மல்யுத்த வீரர்?
ஹங்கேரி

ஜார்ஜ் டோல் எந்த நாட்டு மல்யுத்த வீரர்?
அமெரிக்கா

பாய்ராம்சிட் எந்த நாட்டு மல்யுத்த வீரர்?
துருக்கி

ஜான் ஸ்மித் எந்த நாட்டு மல்யுத்த வீரர்?
அமெரிக்கா

ஜோசப் மேவிஸ் எந்த நாட்டு மல்யுத்த வீரர்?
பெல்ஜியம்

கோசை அகாய் ஷி எந்த நாட்டு மல்யுத்த வீரர்?
ஜப்பான்

வில்லியம் மைக்கேல் எந்த நாட்டு மல்யுத்த வீரர்?
இங்கிலாந்து

ஜோசியா ஹன்ச் எந்த நாட்டு மல்யுத்த வீரர்?
அமெரிக்கா

லோஸரா ரெயின்சோ எந்த நாட்டு மல்யுத்த வீரர்?
கியூபா

கலி ஆன்டிலா எந்த நாட்டு மல்யுத்த வீரர்?
பின்லாந்து

செலால் ஆடிக் எந்த நாட்டு மல்யுத்த வீரர்?
துருக்கி

என்யு வால்ட்சேவ் எந்த நாட்டு மல்யுத்த வீரர்?
பல்கேரியா

1908ல் ஒலிம்பிக் பந்தயம் நடைபெற்ற இடம் எது?
லண்டன்

1912ல் ஒலிம்பிக் பந்தயம் நடைபெற்ற இடம் எது?
ஸ்டாக்ஹோம்

1920ல் ஒலிம்பிக் பந்தயம் நடைபெற்ற இடம் எது?
ஆன்டர் வர்ப்

1924ல் ஒலிம்பிக் பந்தயம் நடைபெற்ற இடம் எது?
பாரிஸ்

1928ல் ஒலிம்பிக் பந்தயம் நடைபெற்ற இடம் எது?
ஆம்ஸ்டர் டாம்

1932ல் ஒலிம்பிக் பந்தயம் நடைபெற்ற இடம் எது?
லாஸ் ஏஞ்சல்ஸ்

1936ல் ஒலிம்பிக் பந்தயம் நடைபெற்ற இடம் எது?
பெர்லின்

1940ல் ஒலிம்பிக் பந்தயம் நடைபெற்ற இடம் எது?
டோக்கியோ

1944ல் ஒலிம்பிக் பந்தயம் நடைபெற்ற இடம் எது?
லண்டன்

1948ல் ஒலிம்பிக் பந்தயம் நடைபெற்ற இடம் எது?
லண்டன்

1952ல் ஒலிம்பிக் பந்தயம் நடைபெற்ற இடம் எது?
ஹெல்சின்கி

1956ல் ஒலிம்பிக் பந்தயம் நடைபெற்ற இடம் எது?
மெல்போர்ன்

1960ல் ஒலிம்பிக் பந்தயம் நடைபெற்ற இடம் எது?
ரோம்

1964ல் ஒலிம்பிக் பந்தயம் நடைபெற்ற இடம் எது?
டோக்கியோ

1968ல் ஒலிம்பிக் பந்தயம் நடைபெற்ற இடம் எது?
மெக்சிகோ

ஒலிம்பிக் டென்னிஸ் வீராங்கனை சார்லோட்டிகூப்பர் எந்த நாட்டுக்காரர்?
இங்கிலாந்து

ஒலிம்பிக் டென்னிஸ் வீராங்கனை டோரதி சாம்பர்ஸ் எந்த நாட்டுக்காரர்?
இங்கிலாந்து

ஒலிம்பிக் டென்னிஸ் வீராங்கனை எத்தில் ஹானம் எந்த நாட்டுக்காரர்?
இங்கிலாந்து

ஒலிம்பிக் டென்னிஸ் வீராங்கனை ஹெலன் வில்ஸ் எந்த நாட்டுக்காரர்?
அமெரிக்கா

ஒலிம்பிக் டென்னிஸ் வீராங்கனை ஜோடியா மெரினா எந்த நாட்டுக்காரர்?
ஜெர்மனி

ஒலிம்பிக் டென்னிஸ் வீராங்கனை டோரதிபூதி எந்த நாட்டுக்காரர்?
இங்கிலாந்து

ஒலிம்பிக் டென்னிஸ் வீராங்கனை ஸ்டடி கிராப் எந்த நாட்டுக்காரர்?
ஜெர்மனி

ஒலிம்பிக் டென்னிஸ் வீராங்கனை மாரியன் ஜோன்ஸ் எந்த நாட்டுக்காரர்?
அமெரிக்கா

ஒலிம்பிக் டென்னிஸ் வீராங்கனை மாபெல் பார்டன் எந்த நாட்டுக்காரர்?
இங்கிலாந்து

ஒலிம்பிக் டென்னிஸ் வீராங்கனை ஜினா காரிசன் எந்த நாட்டுக்காரர்?
அமெரிக்கா

ஒலிம்பிக் குத்துச்சண்டை வீரர் பிரான்சிஸ்கோ ரோட்ரிக் எந்த நாட்டுக்காரர்?
வெனிஸ்

ஒலிம்பிக் குத்துச்சண்டை வீரர் ஜியோர்ஜி ஜெடோ எந்த நாட்டுக்காரர்?
ஹங்கேரி

ஒலிம்பிக் குத்துச்சண்டை வீரர் ஜார்ஜ் ஹெர்மாண்டஸ் எந்த நாட்டுக்காரர்?
கியூபா

ஒலிம்பிக் குத்துச்சண்டை வீரர் சாமில் சாபிரோ எந்த நாட்டுக்காரர்?
அமெரிக்கா

ஒலிம்பிக் குத்துச்சண்டை வீரர் பால்கோன்சேல்ஸ் எந்த நாட்டுக்காரர்?
அமெரிக்கா

ஒலிம்பிக் குத்துச்சண்டை வீரர் இவாலியோ கிரிஸ்டோ எந்த நாட்டுக்காரர்?
பல்கேரியா

ஒலிம்பிக் குத்துச்சண்டை வீரர் பிராகிம் அஸ்லோம் எந்த நாட்டுக்காரர்?
பிரான்ஸ்

ஒலிம்பிக் குத்துச்சண்டை வீரர் ஹிப்போலி டோரோமஸ் எந்த நாட்டுக்காரர்?
கியூபா

ஒலிம்பிக் குத்துச்சண்டை வீரர் சால்வலோர் டோடிஸ்கோ எந்த நாட்டுக்காரர்?
இத்தாலி

ஒலிம்பிக் குத்துச்சண்டை வீரர் மைக்கேல் கார்பஜால் எந்த நாட்டுக்காரர்?
அமெரிக்கா

ஒலிம்பிக் குத்துச்சண்டை வீரர் டேனியல் போஜினோவ் எந்த நாட்டுக்காரர்?
பல்கேரியா

ஒலிம்பிக் குத்துச்சண்டை வீரர் மான்சுடோ வெலோஸ்கோ எந்த நாட்டுக்காரர்?
பிலிப்பைன்ஸ்

ஒலிம்பிக் குத்துச்சண்டை வீரர் புலட் ஜிமாடிலோவ் எந்த நாட்டுக்கார்?
கஜகஸ்தான்

ஒலிம்பிக் குத்துச்சண்டை வீரர் ஹாரியன்மார்பிளே எந்த நாட்டுக்காரர்?
அமெரிக்கா

ஒலிம்பிக் குத்துச்சண்டை வீரர் ரால்ப் எவன்ஸ் எந்த நாட்டுக்காரர்?
இங்கிலாந்து

ஒலிம்பிக் குத்துச்சண்டை வீரர் பயாகோ போல்ட்ரேட் எந்த நாட்டுக்காரர்?
தாய்லாந்து

ஒலிம்பிக் குத்துச்சண்டை வீரர் ராபர்ட்இசாஸெகி எந்த நாட்டுக்காரர்?
ஹங்கேரி

ஒலிம்பிக் குத்துச்சண்டை வீரர் ரோயல் விலாஸ்கோ எந்த நாட்டுக்காரர்?
பிலிப்பைன்ஸ்

ஒலிம்பிக் குத்துச்சண்டை வீரர் மைக்ரோரோமரோ எந்த நாட்டுக்காரர்?
கியூபா

ஒலிம்பிக் குத்துச்சண்டை வீரர் ஜார்ஜ் பின்னாகன் எந்த நாட்டுக்காரர்?
அமெரிக்கா

1972ல் ஒலிம்பிக் பந்தயம் நடைபெற்ற இடம் எது?
முனிச்

1976ல் ஒலிம்பிக் பந்தயம் நடைபெற்ற இடம் எது?
மான்ட்ரீல்

1980ல் ஒலிம்பிக் பந்தயம் நடைபெற்ற இடம் எது?
மாங்கோ

1984ல் ஒலிம்பிக் பந்தயம் நடைபெற்ற இடம் எது?
லாஸ்ஏஞ்சல்ஸ்

1988ல் ஒலிம்பிக் பந்தயம் நடைபெற்ற இடம் எது?
சீல்

1992ல் ஒலிம்பிக் பந்தயம் நடைபெற்ற இடம் எது?
பார்சிலோனா

1996ல் ஒலிம்பிக் பந்தயம் நடைபெற்ற இடம் எது?
அட்லாண்டா

ஹெர்பெர்ட் சூட்கிளிப் எந்த நாட்டு கிரிக்கெட் வீரர்?
இங்கிலாந்து

மால்கம் மார்ஷல் எந்த நாட்டு கிரிக்கெட் வீரர்?
மேற்கிந்தியத் தீவுகள்

ரேலிண்ட் வால் எந்த நாட்டு கிரிக்கெட் வீரர்?
ஆஸ்திரேலியா

ஆண்டி ராபர்ட்ஸ் எந்த நாட்டு கிரிக்கெட் வீரர்?
மேற்கிந்தியத் தீவுகள்

ரோட்னே மார்ஷ் எந்த நாட்டு கிரிக்கெட் வீரர்?
ஆஸ்திரேலியா

பாப்வில்லிஸ் எந்த நாட்டு கிரிக்கெட் வீரர்?
இங்கிலாந்து

ஷவியன் ரிச்சர்ட்ஸ் எந்த நாட்டு கிரிக்கெட் வீரர்?
மேற்கிந்தியத் தீவுகள்

நீச்சல் வீரர் கிரிஸ்தாம்ஸன் எந்த நாட்டுக்காரர்?
அமெரிக்கா

நீச்சல் வீரர் டாம் விக்கின்ஸ் எந்த நாட்டுக்காரர்?
அமெரிக்கா

நீச்சல் வீரர் டாம் டோலன் எந்த நாட்டுக்காரர்?
அமெரிக்கா

நீச்சல் வீரர் அந்தோணி எர்வின் எந்த நாட்டுக்காரர்?
அமெரிக்கா

ஒலிம்பிக் டென்னிஸ் வீரர் ஸ்டீபன் எட்பர்க் எந்த நாட்டுக்காரர்?
ஸ்வீடன்

ஒலிம்பிக் டென்னிஸ் வீரர் ஜான் போலந்து எந்த நாட்டுக்காரர்?
இங்கிலாந்து

ஒலிம்பிக் டென்னிஸ் வீரர் அந்தோணி வில்டிஸ் எந்த நாட்டுக்காரர்?
நியுசிலாந்து
ஒலிம்பிக் டென்னிஸ் வீரர் ஹக்டோகர்லி எந்த நாட்டுக்காரர்?
இங்கிலாந்து
ஒலிம்பிக் டென்னிஸ் வீரர் பீல்ஸ்ரைட் எந்த நாட்டுக்காரர்?
அமெரிக்கா
ஒலிம்பிக் டென்னிஸ் வீரர் மேக்ஸ் டெகுஜிஸ் எந்த நாட்டுக்காரர்?
பிரான்ஸ்
ஒலிம்பிக் டென்னிஸ் வீரர் ஜோசியா ரிச்சி எந்த நாட்டுக்காரர்?
இங்கிலாந்து
ஒலிம்பிக் டென்னிஸ் வீரர் ஆண்ட்ரூ கோபர்ட் எந்த நாட்டுக்காரர்?
பிரான்சு
ஒலிம்பிக் டென்னிஸ் வீரர் வின்சன்ட் ரிச்சர்ட்ஸ எந்த நாட்டுக்காரர்?
அமெரிக்கா
ஒலிம்பிக் டென்னிஸ் வீரர் ராபர்ட் லேராய் எந்த நாட்டுக்காரர்?
அமெரிக்கா
ஒலிம்பிக் டென்னிஸ் வீரர் ஜார்ஜ்கார்டியா எந்த நாட்டுக்காரர்?
இங்கிலாந்து
ஒலிம்பிக் டென்னிஸ் வீரர் சார்லஸ் டிக்கன்ஸ் எந்த நாட்டுக்காரர்?
இங்கிலாந்து
கால்பந்தாட்ட வீரர் ஜார்ஜ் பிரஸ்டன் மார்ஷல் எந்த நாட்டைச் சேர்ந்தவர்?
அமெரிக்கா
கால்பந்தாட்ட வீரர் ஜார்ஜ் ஸ்டான்லி ஹலஸ் எந்த நாட்டைச் சேர்ந்தவர்?
அமெரிக்கா
கால்பந்தாட்ட வீரர் ரெட்கிரேஞ் எந்த நாட்டைச் சேர்ந்தவர்?
அமெரிக்கா
கால்பந்தாட்ட வீரர் சிட்னிலக்மேன் எந்த நாட்டைச் சேர்ந்தவர்?
அமெரிக்கா
கால்பந்தாட்ட வீரர் நூட்ராக்னி எந்த நாட்டைச் சேர்ந்தவர்?
அமெரிக்கா

கால்பந்தாட்ட வீரர் ஜான்யூட்டஸ் எந்த நாட்டைச் சேர்ந்தவர்?
பென்சில் வேனியா

கால்பந்தாட்ட வீரர் கில்மர் டாபி எந்த நாட்டைச் சேர்ந்தவர்?
அமெரிக்கா

கால்பந்தாட்ட வீரர் ஜேம்ஸ் டிக்கின்ஸன் எந்த நாட்டைச் சேர்ந்தவர்?
இங்கிலாந்து

கால்பந்தாட்ட வீரர் ஹாவர்ட் ஜோன்ஸ் எந்த நாட்டைச் சேர்ந்தவர்?
அமெரிக்கா

புகழ்பெற்ற குத்துச்சண்டை வீரர் ஜியோரிஜெடோ எந்த நாட்டைச் சேர்ந்தவர்?
ஹங்கேரி

ஒலிம்பிக் குத்துச்சண்டை வீரர் பிராங்க் டிஜெனரோ எந்த நாட்டுக்காரர்?
அமெரிக்கா

ஒலிம்பிக் குத்துச்சண்டை வீரர் பிடல் லெபார்பா எந்த நாட்டுக்காரர்?
அமெரிக்கா

ஒலிம்பிக் குத்துச்சண்டை வீரர் அண்டெல் கேஸிங் எந்த நாட்டுக்காரர்?
ஹங்கேரி

ஒலிம்பிக் குத்துச்சண்டை வீரர் பாங்கெல் பெஸ் எந்த நாட்டுக்காரர்?
அர்ஜன்டைனா

ஒலிம்பிக் குத்துச்சண்டை வீரர் நாதனிபுரூக்ஸ் எந்த நாட்டுக்காரர்?
அமெரிக்கா

ஒலிம்பிக் குத்துச்சண்டை வீரர் டாரென்ஸ் ஸ்டிங்ஸ் எந்த நாட்டுக்காரர்?
இங்கிலாந்து

ஒலிம்பிக் குத்துச்சண்டை வீரர் ஜியோலா டோரக் எந்த நாட்டுக்காரர்?
ஹங்கேரி

ஒலிம்பிக் குத்துச்சண்டை வீரர் பெர்னாண்டோ அட்கோரி எந்த நாட்டுக்காரர்?
இத்தாலி

ஒலிம்பிக் குத்துச்சண்டை வீரர் ரிக்கார்டோடெல்கடோ எந்த நாட்டுக்காரர்?
மெக்சிகோ

ஒலிம்பிக் குத்துச்சண்டை வீரர் ஸ்டீவ் மெக்ரோரி எந்த நாட்டுக்காரர்?
அமெரிக்கா

ஒலிம்பிக் குத்துச்சண்டை வீரர் மைல்ஸ்பர்க் எந்த நாட்டுக்காரர்?
அமெரிக்கா

ஒலிம்பிக் குத்துச்சண்டை வீரர் ஆண்டர்ஸ் பீட்டர்ஸன் எந்த நாட்டுக்காரர்?
டென்மார்க்

ஒலிம்பிக் குத்துச்சண்டை வீரர் ஜேம்ஸ் மைக்கென்சி எந்த நாட்டுக்காரர்?
இங்கிலாந்து

ஒலிம்பிக் குத்துச்சண்டை வீரர் அமெண்ட் அப்பீல் எந்த நாட்டுக்காரர்?
இங்கிலாந்து

குத்துச்சண்டை வீரர் சந்தியாகு லோவல் எந்த நாட்டைச் சேர்ந்தவர்?
அர்ஜென்டினா

குத்துச்சண்டை வீரர் பிராஸ்கோடி பிக்கோலி எந்த நாட்டைச் சேர்ந்தவர்?
இத்தாலி

குத்துச்சண்டை வீரர் ஹென்றிடில்மான் எந்த நாட்டைச் சேர்ந்தவர்?
அமெரிக்கா

குத்துச்சண்டை வீரர் நீல்ஸ்ராம் எந்த நாட்டைச் சேர்ந்தவர்?
ஸ்வீடன்

குத்துச்சண்டை வீரர் ஹான்ஸ் க்யுபர் எந்த நாட்டைச் சேர்ந்தவர்?
ஜெர்மனி

குத்துச்சண்டை வீரர் டேவிட் இஸோன்ரிடோ எந்த நாட்டைச் சேர்ந்தவர்?
நைஜீரியா

குத்துச்சண்டை வீரர் வில்லியம் டேவிட் எந்த நாட்டைச் சேர்ந்தவர்?
கனடா

குத்துச்சண்டை வீரர் ஸேவியர் எலுரா எந்த நாட்டைச் சேர்ந்தவர்?
ஜான் ஆர்தர்

குத்துச்சண்டை வீரர் பீட்டர் ஹண்ணி எந்த நாட்டைச் சேர்ந்தவர்?
ஜெர்மனி

குத்துச்சண்டை வீரர் டைரல் பிக்ஸ் எந்த நாட்டைச் சேர்ந்தவர்?
அமெரிக்கா

குத்துச்சண்டை வீரர் மெண்டஸ் எந்த நாட்டைச் சேர்ந்தவர்?
கியூபா

குத்துச்சண்டை வீரர் வினாடிமிர் கிட்ச்கோ எந்த நாட்டைச் சேர்ந்தவர்?
உக்ரேனியா

ஒலிம்பிக் குத்துச்சண்டை வீரர் கேஷனோ மாட்டா எந்த நாட்டுக்காரர்?
இத்தாலி

ஒலிம்பிக் குத்துச்சண்டை வீரர் ஸ்பர்டகோ பாண்டினெல்லி எந்த நாட்டுக்காரர்?
இத்தாலி

ஒலிம்பிக் குத்துச்சண்டை வீரர் எட்ஜர் பாசல் எந்த நாட்டுக்காரர்?
ஜெர்மனி

ஒலிம்பிக் குத்துச்சண்டை வீரர் மிர்சியா டொப்ரசு எந்த நாட்டுக்காரர்?
ருமேனியா

ஒலிம்பிக் குத்துச்சண்டை வீரர் செர்ஜி சிவ்கோ எந்த நாட்டுக்காரர்?
ரஷ்யா

ஒலிம்பிக் குத்துச்சண்டை வீரர் ஆர்தர் ஒலே எந்த நாட்டுக்காரர்?
போலந்து

ஒலிம்பிக் குத்துச்சண்டை வீரர் லியோ வாப்வோ கோ எந்த நாட்டுக்காரர்?
உகாண்டா

ஒலிம்பிக் குத்துச்சண்டை வீரர் ரோமன்டு வாலன் எந்த நாட்டுக்காரர்?
கியூபா

ஒலிம்பிக் குத்துச்சண்டை வீரர் மிரோன்ஷ்னி சென்கோ எந்த நாட்டுக்காரர்?
ரஷ்யா

ஒலிம்பிக் குத்துச்சண்டை வீரர் ஆன்டீஸ் டீவ்ஸ் எந்த நாட்டுக்காரர்?
ஜெர்மனி

ஒலிம்பிக் குத்துச்சண்டை வீரர் சான்செங் எந்த நாட்டுக்காரர்?
கியூபா

ஒலிம்பிக் குத்துச்சண்டை வீரர் புலாட் ஸ்மாடிலோவ் எந்த நாட்டுக்காரர்?
கஜகஸ்தான்

ஒலிம்பிக் குத்துச்சண்டை வீரர் வில்லியம் குத்பெர்ட்சன் எந்த நாட்டுக்காரர்?
இங்கிலாந்து

ஒலிம்பிக் குத்துச்சண்டை வீரர் ரேய்மண்ட்பீ எந்த நாட்டுக்காரர்?
அமெரிக்கா

ஷேன் வார்னே எந்த நாட்டு கிரிக்கெட் வீரர்?
ஆஸ்திரேலியா

வீரேந்திரா சேவாக் எந்த நாட்டு கிரிக்கெட் வீரர்?
இந்தியா

பிரெய்ன் ஸ்டாதம் எந்த நாட்டு கிரிக்கெட் வீரர்?
இங்கிலாந்து

பாலி உம்ரிகர் எந்த நாட்டு கிரிக்கெட் வீரர்?
இந்தியா

மார்ட்டின் குரோவ் எந்த நாட்டு கிரிக்கெட் வீரர்?
நியுசிலாந்து

ஜான்டி ரோட்ஸ் எந்த நாட்டு கிரிக்கெட் வீரர்?
தென் ஆப்பிரிக்கா

அரவிந்த டி சில்வா எந்த நாட்டு கிரிக்கெட் வீரர்?
ஸ்ரீலங்கா

இம்ரான்கான் எந்த நாட்டு கிரிக்கெட் வீரர்?
பாகிஸ்தான்

டான் பிராட்மன் எந்த நாட்டு கிரிக்கெட் வீரர்?
ஆஸ்திரேலியா

சேரி சோபர்ஸ் எந்த நாட்டு கிரிக்கெட் வீரர்?
மேற்கிந்தியத்தீவுகள்

சச்சின் டெண்டுல்கர் எந்த நாட்டு கிரிக்கெட் வீரர்?
இந்தியா

ஜாக்ஹாப்ஸ் எந்த நாட்டு கிரிக்கெட் வீரர்?
இங்கிலாந்து

ஜாகீர்ஹாப்ஸ் எந்த நாட்டு கிரிக்கெட் வீரர்?
இங்கிலாந்து

ஜாகீர் அப்பாஸ் எந்த நாட்டு கிரிக்கெட் வீரர்?
பாகிஸ்தான்

ஜாக்ஸ காலிஸ் எந்த நாட்டு கிரிக்கெட் வீரர்?
தென் ஆப்பிரிக்கா

ஆலன் பார்டர் எந்த நாட்டு கிரிக்கெட் வீரர்?
ஆஸ்திரேலியா

ஒலிம்பிக் குத்துச்சண்டை வீரர் கேரியோ கேவனோகல் எந்த நாட்டுக்காரர்?
இத்தாலி

ஒலிம்பிக் குத்துச்சண்டை வீரர் லூயிஸ் சாலிகா எந்த நாட்டுக்காரர்?
அமெரிக்கா

ஒலிம்பிக் குத்துச்சண்டை வீரர் லூயிஸ்லாரி எந்த நாட்டுக்காரர்?
அமெரிக்கா

ஒலிம்பிக் குத்துச்சண்டை வீரர் அனாடொலி புலாகாஸ் எந்த நாட்டுக்காரர்?
ரஷ்யா

ஒலிம்பிக் குத்துச்சண்டை வீரர் ஜான்கால்டுவெல் எந்த நாட்டுக்காரர்?
அயர்லாந்து

ஒலிம்பிக் குத்துச்சண்டை வீரர் க்யோசி தானாப் எந்த நாட்டுக்காரர்?
ஜப்பான்

ஒலிம்பிக் குத்துச்சண்டை வீரர் ராபர்ட்கான்மடி எந்த நாட்டுக்காரர்?
அமெரிக்கா

ஒலிம்பிக் குத்துச்சண்டை வீரர் சொவிலோ ஆயில்வேரா எந்த நாட்டுக்காரர்?
பிரேசில்

ஒலிம்பிக் குத்துச்சண்டை வீரர் டக்னஸ் ரோட்ரிக்ஸ் எந்த நாட்டுக்காரர்?
கியூபா

ஒலிம்பிக் குத்துச்சண்டை வீரர் டேவிட் டோரோஸ்யன் எந்த நாட்டுக்காரர்?
ரஷ்யா

ஒலிம்பிக் குத்துச்சண்டை வீரர் கியூக்ரூசல் எந்த நாட்டுக்காரர்?
அயர்லாந்து

ஒலிம்பிக் குத்துச்சண்டை வீரர் இபுறாகீம் பிலாலி எந்த நாட்டுக்காரர்?
கென்யா

ஒலிம்பிக் குத்துச்சண்டை வீரர் மரியோ கோலைன் எந்த நாட்டுக்காரர்?
மெக்ஸிகோ

சி.கே.நாயுடு எந்த நாட்டு கிரிக்கெட் வீரர்?
இந்தியா

ஃபிரெட் ரூமன் எந்த நாட்டு கிரிக்கெட் வீரர்?
இங்கிலாந்து

இபன் சாப்பல் எந்த நாட்டு கிரிக்கெட் வீரர்?
ஆஸ்திரேலியா

லான்ஸ் கிப்ஸ் எந்த நாட்டு கிரிக்கெட் வீரர்?
மேற்கிந்திய தீவுகள்

கிறிஸ் கெய்ன்ங் எந்த நாட்டு கிரிக்கெட் வீரர்?
நியூசிலாந்து

வக்கார் யுனிஸ் எந்த நாட்டு கிரிக்கெட் வீரர்?
பாகிஸ்தான்

பேரி ரிச்சர்ட்ஸ் எந்த நாட்டு கிரிக்கெட் வீரர்?
தென் ஆப்பிரிக்கா

முத்தையா முரளிதரன் எந்த நாட்டு கிரிக்கெட் வீரர்?
ஸ்ரீலங்கா

விஜய் ஹசாரே எந்த நாட்டு கிரிக்கெட் வீரர்?
இந்தியா

கிரஹாம் கூச் எந்த நாட்டு கிரிக்கெட் வீரர்?
இங்கிலாந்து

ரிச்சி பெனாட் எந்த நாட்டு கிரிக்கெட் வீரர்?
ஆஸ்திரேலியா

கிளைவ் லாயிட் எந்த நாட்டு கிரிக்கெட் வீரர்?
மேற்கிந்தியத் தீவுகள்

ரிச்சர்டு ஹாட்லி எந்த நாட்டு கிரிக்கெட் வீரர்?
நியுசிலாந்து

மைக் புரோக்டர் எந்த நாட்டு கிரிக்கெட் வீரர்?
தென் ஆப்பிரிக்கா

சனத் ஜெயசூர்யா எந்த நாட்டு கிரிக்கெட் வீரர்?
ஸ்ரீலங்கா

ஒலிம்பிக் குத்துச்சண்டைவீரர் ஆலிவர்கிர்க் எந்த நாட்டுக்காரர்?
அமெரிக்கா

ஒலிம்பிக் குத்துச்சண்டைவீரர் ஹென்லிதாமஸ் எந்த நாட்டுக்காரர்?
இங்கிலாந்து

ஒலிம்பிக் குத்துச்சண்டை வீரர் லாரன்ஸ் வாக்கர் எந்த நாட்டுக்காரர்?
தென் ஆப்பிரிக்கா

ஒலிம்பிக் குத்துச்சண்டை வீரர் வில்லியம் ஸ்மித் எந்த நாட்டுக்காரர்?
தென் ஆப்பிரிக்கா

ஒலிம்பிக் குத்துச்சண்டை வீரர் விட்டோரியா தமக்னினி எந்த நாட்டுக்காரர்?
இத்தாலி

ஒலிம்பிக் குத்துச்சண்டை வீரர் கோரஸ் ஜிவைன் எந்த நாட்டுக்காரர்?
கனடா

ஒலிம்பிக் குத்துச்சண்டை வீரர் உல்டரிகோ செல்கோ எந்த நாட்டுக்காரர்?
இத்தாலி

ஒலிம்பிக் குத்துச்சண்டை வீரர் டைபூர்சிக் எந்த நாட்டுக்காரர்?
ஹங்கேரி

ஒலிம்பிக் குத்துச்சண்டை வீரர் பென்டி ஹேமலைன் எந்த நாட்டுக்காரர்?
பின்லாந்து

ஒலிம்பிக் குத்துச்சண்டை வீரர் உல்ஃப் கேங்க் பெக்ரன் எந்த நாட்டுக்காரர்?
ஜெர்மனி

ஒலிம்பிக் குத்துச்சண்டை வீரர் ஒலெக்கிரிஹரியேவ் எந்த நாட்டுக்காரர்?
ரஷ்யா

ஒலிம்பிக் குத்துச்சண்டை வீரர் தாகோசக்குரா எந்த நாட்டுக்காரர்?
ஜப்பான்

ஒலிம்பிக் குத்துச்சண்டை வீரர் ஆர்லன்டே மார்ட்டினஸ் எந்த நாட்டுக்காரர்?
கியூபா

ஒலிம்பிக் குத்துச்சண்டை வீரர் கென்னடி மெக்கின்னி எந்த நாட்டுக்காரர்?
அமெரிக்கா

மைக்கேல் ஹோல்டிங் எந்த நாட்டு கிரிக்கெட் வீரர்?
மேற்கிந்தியத்தீவுகள்

ஜி.ஆர். விஸ்வநாத் எந்த நாட்டு கிரிக்கெட் வீரர்?
இந்தியா

பிரைன் லாரா எந்த நாட்டு கிரிக்கெட் வீரர்?
மேற்கிந்தியத் தீவுகள்

சனத்தேரன் ஜெயசூர்யா எந்த நாட்டு கிரிக்கெட் வீரர்?
ஸ்ரீலங்கா

நீல்ஜான்சன் எந்த நாட்டு கிரிக்கெட் வீரர்?
ஜிம்பாப்வே

ஜவஹல் ஸ்ரீநாத் எந்த நாட்டு கிரிக்கெட் வீரர்?
இந்தியா

மார்க் வாஹ் எந்த நாட்டு கிரிக்கெட் வீரர்?
ஆஸ்திரேலியா

கிருஷ்ண மாச்சேரி ஸ்ரீகாந்த் எந்த நாட்டு கிரிக்கெட் வீரர்?
இந்தியா

கோர்ட்னி வால்ஷ் எந்த நாட்டு கிரிக்கெட் வீரர்?
மேற்கிந்தியத்தீவுகள்

டான் பிராட்மன் எந்த நாட்டு கிரிக்கெட் வீரர்?
ஆஸ்திரேலியா

அர்ஜீன் ரணதுங்கா எந்த நாட்டு கிரிக்கெட் வீரர்?
ஸ்ரீலங்கா

ஸ்டீவ் வாக் எந்த நாட்டு கிரிக்கெட் வீரர்?
ஆஸ்திரேலியா

முகமது அசாருதீன் எந்த நாட்டு கிரிக்கெட் வீரர்?
இந்தியா

டக்ளஸ் ஜார்டைன் எந்த நாட்டு கிரிக்கெட் வீரர்?
இங்கிலாந்து

ஒலிம்பிக் குத்துச்சண்டை வீரர் ஜோல் கேசமேயர் எந்த நாட்டுக்காரர்?
கியூபா

ஒலிம்பிக் குத்துச்சண்டை வீரர் இஸ்ட்வான் எந்த நாட்டுக்காரர்?
ஹங்கேரி

ஒலிம்பிக் குத்துச்சண்டை வீரர் கில்டர்மோ ஓர்டிஸ் எந்த நாட்டுக்காரர்?
கியூபா

ஒலிம்பிக் குத்துச்சண்டை வீரர் ஜான்கோன்டன் எந்த நாட்டுக்காரர்?
இங்கிலாந்து

ஒலிம்பிக் குத்துச்சண்டை வீரர் கிறிஸ்டோபர் எந்த நாட்டுக்காரர்?
கனடா

ஒலிம்பிக் குத்துச்சண்டை வீரர் சால்வடோர் திரிப்போலி எந்த நாட்டுக்காரர்?
அமெரிக்கா

ஒலிம்பிக் குத்துச்சண்டை வீரர் ஜான்டேலி எந்த நாட்டுக்காரர்?
அமெரிக்கா

ஒலிம்பிக் குத்துச்சண்டை வீரர் ஹேன்ஸ் ஸிக்லார்சி எந்த நாட்டுக்காரர்?
ஜெர்மனி

ஒலிம்பிக் குத்துச்சண்டை வீரர் ஜேக்வில்சன் எந்த நாட்டுக்காரர்?
அமெரிக்கா

ஒலிம்பிக் குத்துச்சண்டை வீரர் ஜிவேனி சூடாஸ் எந்த நாட்டுக்காரர்?
இத்தாலி

ஒலிம்பிக் குத்துச்சண்டை வீரர் ஜான்டேலி எந்த நாட்டுக்காரர்?
அமெரிக்கா

ஒலிம்பிக் குத்துச்சண்டை வீரர் சூன்சன்சாங் எந்த நாட்டுக்காரர்?
கொரியா

ஒலிம்பிக் குத்துச்சண்டை வீரர் பிரைமோ ஜாம்பரினி எந்த நாட்டுக்காரர்?
இத்தாலி

நீச்சல் வீரர் அந்தோணி எர்வின் எந்த நாட்டுக்காரர்?
அமெரிக்கா

நீச்சல் வீரர் யான் தோர்ப் எந்த நாட்டுக்காரர்?
ஆஸ்திரேலியா

நீச்சல் வீரர் டாம் விக்கின்ஸ் எந்த நாட்டுக்காரர்?
அமெரிக்கா

நீச்சல் வீரர் சுசிநெய்ல் எந்த நாட்டுக்காரர்?
ஆஸ்திரேலியா

நீச்சல் வீரர் பீட்டர் கூறன்பாண்டு எந்த நாட்டுக்காரர்?
நெதர்லாந்து

நீச்சல் வீரர் டயானாமொகானு எந்த நாட்டுக்காரர்?
ருமேனியா

நீச்சல் வீரர் ரோமன் ஸ்ளெட்னவ் எந்த நாட்டுக்காரர்?
ரஷ்யா

நீச்சல் வீரர் அலெக்ஸாண்டர் போபவ் எந்த நாட்டுக்காரர்?
ரஷ்யா

நீச்சல் வீரர் மார்ட்டினா மொகராவ் எந்த நாட்டுக்காரர்?
செக்கோஸ்லோவோகியா

நீச்சல் வீரர் டெரன்ஸ் பர்க்கின் எந்த நாட்டுக்காரர்?
தென்ஆப்பிரிக்கா

நீச்சல் வீரர் லார்ஸ்போர்க்ளோச்வா எந்த நாட்டுக்காரர்?
ஸ்வீடன்

நீச்சல் வீரர் தெரஸ் அலஸ்மர் எந்த நாட்டுக்காரர்?
ஸ்வீடன்

நீச்சல் வீரர் யானாக்ளோச்வா எந்த நாட்டுக்காரர்?
உக்ரைன்

நீச்சல் வீரர் லென்னி க்ரே ஜல்பர்க் எந்த நாட்டுக்காரர்?
அமெரிக்கா

நீச்சல் வீரர் எட்மோசன் எந்த நாட்டுக்காரர்?
அமெரிக்கா

நீச்சல் வீரர் காரிஹால் எந்த நாட்டுக்காரர்?
அமெரிக்கா

துப்பாக்கி சுடும் வீரர் பீட்டர் போல்பன் எந்த நாட்டுக்காரர்?
அமெரிக்கா

துப்பாக்கி சுடும் வீரர் பிராஸ்கலீன்கீரின் எந்த நாட்டுக்காரர்?
அமெரிக்கா

துப்பாக்கி சுடும் வீரர் ஹெய்ன்ஸ்மெர்டல் எந்த நாட்டுக்காரர்?
ஜெர்மனி

துப்பாக்கி சுடும் வீரர் டான்லுயுகோ எந்த நாட்டுக்காரர்?
ரோம்

துப்பாக்கி சுடும் வீரர் ஹாரல்டு வாலிமர் எந்த நாட்டுக்காரர்?
ஜெர்மனி

துப்பாக்கி சுடும் வீரர் ரக்னர் சங்கர் எந்த நாட்டுக்காரர்?
ஸ்வீடன்

துப்பாக்கி சுடும் வீரர் ஹோல்ஜர் நெல்சன் எந்த நாட்டுக்காரர்?
டென்மார்க்

துப்பாக்கி சுடும் வீரர் சார்லஸ் ஸ்டீவர் எந்த நாட்டுக்காரர்?
இங்கிலாந்து

துப்பாக்கி சுடும் வீரர் ருடால்ப் டோலிஞ்சர் எந்த நாட்டுக்காரர்?
ஆஸ்திரேலியா

துப்பாக்கி சுடும் வீரர் கொய்தர்ம் எந்த நாட்டுக்காரர்?
பிரேசில்

துப்பாக்கி சுடும் வீரர் ரென்சோ மோரிகி எந்த நாட்டுக்காரர்?
இத்தாலி

துப்பாக்கி சுடும் வீரர் பால்பாலன் எந்த நாட்டுக்காரர்?
ஸ்வீடன்

துப்பாக்கி சுடும் வீரர் ஹெய்ன்ஸ் ஹக்ஸ் எந்த நாட்டுக்காரர்?
ஜெர்மனி

துப்பாக்கி சுடும் வீரர் லான்டிரிப்சா எந்த நாட்டுக்காரர்?
ரோம்

துப்பாக்கி சுடும் வீரர் ஜர்ஜன்வீபல் எந்த நாட்டுக்காரர்?
ஜெர்மனி

துப்பாக்கி சுடும் வீரர் எமிலி மிலேவ் எந்த நாட்டுக்காரர்?
பல்கேரியா

1904ம் ஆண்டில் தங்கம் வென்ற ஒலிம்பிக் மல்யுத்த வீரர் யார்?
பெஞ்சமின் பிராட்சா

1908ம் ஆண்டில் தங்கம் வென்ற மல்யுத்த வீரர் யார்?
ஜார்ஜ் டோல்

1920ம் ஆண்டில் தங்கம் வென்ற மல்யுத்த வீரர் யார்?
சார்லஸ் அக்லர்ட்டி

1924ம் ஆண்டில் தங்கம் வென்ற மல்யுத்த வீரர் யார்?
ராபின் ரீட்

1928ம் ஆண்டில் தங்கம் வென்ற மல்யுத்த வீரர் யார்?
அலிமோரிசன்

1932ம் ஆண்டில் தங்கம் வென்ற மல்யுத்த வீரர் யார்?
ஹெர்மனி பிலாஜமகி

1936ம் ஆண்டில் தங்கம் வென்ற மல்யுத்த வீரர் யார்?
குஸ்தா பினாஜமகி

1948ம் ஆண்டில் தங்கம் வென்ற மல்யுத்த வீரர் யார்?
கஜன்பார் பில்ஜ்

1952ம் ஆண்டில் தங்கம் வென்ற மல்யுத்த வீரர் யார்?
பேய்ராம் சிட்

1956ம் ஆண்டில் தங்கம் வென்ற மல்யுத்த வீரர் யார்?
ஷோஜே சாசஹாரா

1960ம் ஆண்டில் தங்கம் வென்ற மல்யுத்த வீரர் யார்?
முஸ்தபா தஜின்டான்லி

1964ம் ஆண்டில் தங்கம் வென்ற மல்யுத்த வீரர் யார்?
ஓசாமு வாட்னாப்

1968ம் ஆண்டில் தங்கம் வென்ற மல்யுத்த வீரர் யார்?
மசாகி கனாகே

1972ம் ஆண்டில் தங்கம் வென்ற மல்யுத்த வீரர் யார்?
ஜகாலவ் அப்துல்பேகவ்

டென்னிஸ் வீரர் ஜான்ரூனி போர்ம் எந்த நாட்டைச் சேர்ந்தவர்?
ஸ்வீடன்

டென்னிஸ் வீரர் டோனி வில்டிங் எந்த நாட்டுக்காரர்?
நியூசிலாந்து

கென் ரோஸ்வல் எந்த நாட்டைச் சேர்ந்தவர்?
ஆஸ்திரேலியா

டோனி ட்ராபர்ட் எந்த நாட்டைச் சேர்ந்தவர்?
அமெரிக்கா

ஸ்பென்ஸர் டபிள்யூ சேளர் எந்த நாட்டைச் சேர்ந்தவர்?
ஸ்வீடன்

டென்னிஸ் வீரர் ஜான் நியூகோம் எந்த நாட்டு வீரர்?
ஆஸ்திரேலியா

டென்னிஸ் வீரர் போரிஸ் பெக்கர் எந்த நாட்டு வீரர்?
ஜெர்மன்

டென்னிஸ் வீரர் ஜிம்மிகானர்ஸ் எந்த நாட்டு வீரர்?
அமெரிக்கா

டென்னிஸ் வீரர் ஜான்டொனால்டு பட்ஜ் எந்த நாட்டு வீரர்?
கலிபோர்னியா

டென்னிஸ் வீரர் வில்லியம்ரென்ஷா எந்த நாட்டு வீரர்?
இங்கிலாந்து

டென்னிஸ் வீரர் ஜான்கிராஃபோர்டு எந்த நாட்டு வீரர்?
ஆஸ்திரேலியா

டென்னிஸ் வீரர் ஜான் மெக்கன்ரோ எந்த நாட்டு வீரர்?
மேற்கு ஜெர்மனி

1976ம் ஆண்டில் தங்கம் வென்ற ஒலிம்பிக் மல்யுத்த வீரர் யார்?
ஜங்மேயங்

1980ம் ஆண்டில் தங்கம் வென்ற மல்யுத்த வீரர் யார்?
மேகோ மெட்காசன் அபுசேவ்

1984ம் ஆண்டில் தங்கம் வென்ற மல்யுத்த வீரர் யார்?
ராண்டி லேவிஸ்

1988ம் ஆண்டில் தங்கம் வென்ற மல்யுத்த வீரர் யார்?
ஜான் ஸ்மித்

1992ம் ஆண்டில் தங்கம் வென்ற மல்யுத்த வீரர் யார்?
ஜான் ஸ்மித்

1996ம் ஆண்டில் தங்கம் வென்ற மல்யுத்த வீரர் யார்?
டாம் பிராண்ட்ஸ்

1996ம் ஆண்டில் ஒலிம்பிக்கில் மென்பந்தாட்டத்தில் தங்கம் வென்ற நாடு எது?
அமெரிக்கா

1996ம் ஆண்டில் ஒலிம்பிக்கில் மென்பந்தாட்டத்தில் வெள்ளி வென்ற நாடு எது?
சீனா

1996ம் ஆண்டில் ஒலிம்பிக்கில் மென்பந்தாட்டத்தில் வெண்கலம் வென்ற நாடு எது?
ஆஸ்திரேலியா

2000ம் ஆண்டில் ஒலிம்பிக்கில் மென்பந்தாட்டத்தில் தங்கம் வென்ற நாடு எது?
அமெரிக்கா

2000ம் ஆண்டில் ஒலிம்பிக்கில் மென்பந்தாட்டத்தில் வெள்ளி வென்ற நாடு எது?
ஜப்பான்

2000ம் ஆண்டில் ஒலிம்பிக்கில் மென்பந்தாட்டத்தில் வெண்கலம் வென்ற நாடு எது?
ஆஸ்திரேலியா

டென்னிஸ் வீரர் ஸ்டீபன் எர்பம் எந்த நாட்டு வீரர்?
ஸ்வீடன்

டென்னிஸ் வீரர் பிராங்க் செட்மன் எந்த நாட்டு வீரர்?
ஆஸ்திரேலியா

டென்னிஸ் வீரர் ராய் எமர்சன் எந்த நாட்டு வீரர்?
பிரிட்டன்

டென்னிஸ் வீரர் மேட்ஸ் விலாண்டர் எந்த நாட்டு வீரர்?
ஸ்வீடன்

டென்னிஸ் வீரர் எல்ஸ்வர்த் வைன்ஸ் எந்த நாட்டு வீரர்?
அமெரிக்கா

டென்னிஸ் வீராங்கனை டார்லேன் ஹார்டு எந்த நாட்டைச் சேர்ந்தவர்?
அமெரிக்கா

டென்னிஸ் வீரர் பாலின்பெட்ஸ் எந்த நாட்டைச் சேர்ந்தவர்?
அமெரிக்கா

டென்னிஸ் வீரர் கேப்ரியேல் சபாட்டினி எந்த நாட்டைச் சேர்ந்தவர்?
அர்ஜன்டைனா

டென்னிஸ் வீரர் ஸ்டெஃபி எந்த நாட்டைச் சேர்ந்தவர்?
அமெரிக்கா

டென்னிஸ் வீரர் டோரதி ரவுண்ட் எந்த நாட்டு வீரர்?
பிரிட்டன்

கிறிஸ் ஈவர்ட் எந்த நாட்டு டென்னிஸ் வீரர்?
அமெரிக்கா

மார்டினா நவரத்திலோவா எந்த நாட்டு டென்னிஸ் வீரர்?
செக்கோஸ்லோவாகியா

மரியாபுவனோ எந்த நாட்டு டென்னிஸ் வீரர்?
பிரேஸில்

2000ல் சிட்னி ஒலிம்பிக்கில் மகளிர் பிரிவில் தங்கம் வென்ற நாடு எது?
டென்மார்க்

2000ல் சிட்னி ஒலிம்பிக்கில் மகளிர் பிரிவில் வெள்ளி வென்ற நாடு எது?
ஹெங்கேரி

2000ல் சிட்னி ஒலிம்பிக்கில் மகளிர் பிரிவில் வெண்கலம் வென்ற நாடு எது?
நார்வே

2000ல் சிட்னி ஒலிம்பிக்கில் ஆடவர் பிரிவில் தங்கம் வென்ற நாடு எது?
ரஷ்யா

2000ல் சிட்னி ஒலிம்பிக்கில் ஆடவர் பிரிவில் வெண்கலம் வென்ற நாடு எது?
ஸ்பெயின்

2000ல் சிட்னி ஒலிம்பிக்கில் ஆடவர் பிரிவில் வெள்ளி வென்ற நாடு எது?
ஸ்வீடன்

புகழ் பெற்ற கால்பந்தாட்ட வீரர் பிராஸ்ஏ ஹிங்க் எந்த நாட்டைச் சேர்ந்தவர்?
நியுயார்க்

புகழ் பெற்ற கால்பந்தாட்ட வீரர் பீலே எந்த நாட்டைச் சேர்ந்தவர்?
பிரேஸில்

புகழ் பெற்ற கால்பந்தாட்ட வீரர் ஜிம்மி பிரௌன் எந்த நாட்டைச் சேர்ந்தவர்?
ஜார்ஜியா

கால்பந்தாட்ட வீரர் ஜான் ஆர் டிவிட் எந்த நாட்டைச் சேர்ந்தவர்?
அமெரிக்கா

கால்பந்தாட்ட வீரர் ஜாக்கெம்ப் எந்த நாட்டைச் சேர்ந்தவர்?
கலிபோர்னியா

கால்பந்தாட்ட வீரர் வீன்ஸ்லம்பார்டி எந்த நாட்டைச் சேர்ந்தவர்?
அமெரிக்கா

கால்பந்தாட்ட வீரர் ஸ்டீபன்ஓவன் எந்த நாட்டைச் சேர்ந்தவர்?
அமெரிக்கா

கால்பந்தாட்ட வீரர் ஜோ நாமத் எந்த நாட்டைச் சேர்ந்தவர்?
அமெரிக்கா

கால்பந்தாட்ட வீரர் ஜார்ஜ்கிப் எந்த நாட்டைச் சேர்ந்தவர்?
அமெரிக்கா

கால்பந்தாட்ட வீரர் சர்மாத்யூபுஷ்பி எந்த நாட்டைச் சேர்ந்தவர்?
பிரிட்டன்

கால்பந்தாட்ட வீரர் சர் ஸ்டான்லி மாத்யூ எந்த நாட்டைச் சேர்ந்தவர்?
பிரிட்டன்

கால்பந்தாட்ட வீரர் ஜெனி அப்ஷா எந்த நாட்டைச் சேர்ந்தவர்?
அமெரிக்கா

கால்பந்தாட்ட வீரர் ஜாக்சுதர்லண்ட் எந்த நாட்டைச் சேர்ந்தவர்?
ஸ்காட்லாந்து

கால்பந்தாட்ட வீரர் கஸ்டோரெய்ல்ஸ் எந்த நாட்டைச் சேர்ந்தவர்?
அமெரிக்கா

கால்பந்தாட்ட வீரர் ஜிம்மிகான்ஸல்மன் எந்த நாட்டைச் சேர்ந்தவர்?
அமெரிக்கா

கால்பந்தாட்ட வீரர் லாரன்ஸ்டெய்லர் எந்த நாட்டைச் சேர்ந்தவர்?
அமெரிக்கா

குத்துச்சண்டை வீரர் எட்ஜர் பாசல் எந்த நாட்டு வீரர்?
ஜெர்மனி

குத்துச்சண்டை வீரர் ராமென்டுவாலன் எந்த நாட்டைச் சேர்ந்தவர்?
கியூபா

குத்துச்சண்டை வீரர் ராய் மண்ட்பீ எந்த நாட்டைச் சேர்ந்தவர்?
இங்கிலாந்து

குத்துச்சண்டை வீரர் லூயிஸ் சாலிகா எந்த நாட்டைச் சேர்ந்தவர்?
அமெரிக்கா

குத்துச்சண்டை வீரர் வில்லியம் கத்பர்ஸடன் எந்த நாட்டைச் சேர்ந்தவர்?
இங்கிலாந்து

குத்துச்சண்டை வீரர் வில்லியம் டோவல் எந்த நாட்டைச் சேர்ந்தவர்?
அயர்லாந்து

குத்துச்சண்டை வீரர் ஜான்கால்டுவெல் எந்த நாட்டைச் சேர்ந்தவர்?
அயர்லாந்து

குத்துச்சண்டை வீரர் ரேனேலீபிர் எந்த நாட்டைச் சேர்ந்தவர்?
பிரான்ஸ்

குத்துச்சண்டை வீரர் டேவிட் டோரோசன் எந்த நாட்டைச் சேர்ந்தவர்?
ரஷ்யா

குத்துச்சண்டை வீரர் இப்ராகீம் பிலாலி எந்த நாட்டைச் சேர்ந்தவர்?
கென்யா

குத்துச்சண்டை வீரர் டிம் ஆஸ்டின் எந்த நாட்டைச் சேர்ந்தவர்?
அமெரிக்கா

குத்துச்சண்டை வீரர் ஆல்பர்ட் பக்கீவ் எந்த நாட்டைச் சேர்ந்தவர்?
ரஷ்யா

புகழ்பெற்ற குத்துச்சண்டை வீரர் ஜோர்ஜ் ஹெர்னானடஸ் எந்த நாட்டைச் சேர்ந்தவர்?
கியூபா

புகழ்பெற்ற குத்துச்சண்டை வீரர் சாமில்சாவி ரோவ் எந்த நாட்டைச் சேர்ந்தவர்?
அமெரிக்கா

புகழ்பெற்ற குத்துச்சண்டை வீரர் யாஸ்ஷுஜீ எந்த நாட்டைச் சேர்ந்தவர்?
கொரியா

புகழ்பெற்ற குத்துச்சண்டை வீரர் ஹிப்போ லிட்டோ ரோமாஸ் எந்த நாட்டைச் சேர்ந்தவர்?
கியூபா

குத்துச்சண்டை வீரர் ஹரியன் மார்பிளே எந்த நாட்டைச் சேர்ந்தவர்?
அமெரிக்கா

குத்துச்சண்டை வீரர் ரால்ஃப் எவான்ஸ் எந்த நாட்டைச் சேர்ந்தவர்?
இங்கிலாந்து

குத்துச்சண்டை வீரர் ரால்ஃப் எவான்ஸ் எந்த நாட்டைச் சேர்ந்தவர்?
இங்கிலாந்து

குத்துச்சண்டை வீரர் இஸ்மாய்ல் மெனஸ்டேபோ எந்த நாட்டைச் சேர்ந்தவர்?
பல்கேரியா

குத்துச்சண்டை வீரர் ஜான்க்வாசி எந்த நாட்டைச் சேர்ந்தவர்?
ஜெர்மனி

குத்துச்சண்டை வீரர் ஜார்ஜ் பின்னாகன் எந்த நாட்டைச் சேர்ந்தவர்?
அமெரிக்கா

குத்துச்சண்டை வீரர் வில்லிகெய்சர் எந்த நாட்டைச் சேர்ந்தவர்?
ஜெர்மனி

குத்துச்சண்டை வீரர் பீட்டர்லெஸ்ஸோ எந்த நாட்டைச் சேர்ந்தவர்?
பல்கேரியா

குத்துச்சண்டை வீரர் ஈட்டிக்போ எந்த நாட்டைச் சேர்ந்தவர்?
அமெரிக்கா

குத்துச்சண்டை வீரர் ஷாலிகுஆஸின் எந்த நாட்டைச் சேர்ந்தவர்?
யுகோஸ்லோவியா

குத்துச்சண்டை வீரர் டன்கன்டோகிவாரி எந்த நாட்டைச் சேர்ந்தவர்?
நைஜீரியா

மாரத்தான் ஓட்ட வீரர் லூயிஸ் எந்த நாட்டைச் சேர்ந்தவர்?
ஜெர்மன்

மாரத்தான் ஓட்ட வீரர் ஸ்டென்ரூஸ் எந்த நாட்டைச் சேர்ந்தவர்?
பின்லாந்து

மாரத்தான் ஓட்ட வீரர் மைமூன் எந்த நாட்டைச் சேர்ந்தவர்?
பிரான்ஸ்

மாரத்தான் ஓட்ட வீரர் வோல்ட் எந்த நாட்டைச் சேர்ந்தவர்?
எதியோப்பியா

மாரத்தான் ஓட்ட வீரர் ஜிட்ஸ்சாம் எந்த நாட்டைச் சேர்ந்தவர்?
தென் ஆப்பிரிக்கா

மாரத்தான் ஓட்ட வீரர் ஹெல்னர் எந்த நாட்டைச் சேர்ந்தவர்?
ஹங்கேரி

மாரத்தான் ஓட்ட வீரர் மாகி எந்த நாட்டைச் சேர்ந்தவர்?
நியூசிலாந்து

மாரத்தான் ஓட்ட வீரர் கிக்ஸ் எந்த நாட்டைச் சேர்ந்தவர்?
அமெரிக்கா

மாரத்தான் ஓட்ட வீரர் கிடேய்சன் எந்த நாட்டைச் சேர்ந்தவர்?
ஜப்பான்

மாரத்தான் ஓட்ட வீரர் பிகிலா எந்த நாட்டைச் சேர்ந்தவர்?
எதியோப்பியா

மாரத்தான் ஓட்ட வீரர் போர்டின் எந்த நாட்டைச் சேர்ந்தவர்?
இத்தாலி

மாரத்தான் ஓட்ட வீரர் ஸ்வென் பர்க் எந்த நாட்டு வீரர்?
ஸ்வீடன்

மாரத்தான் ஓட்ட வீரர் ஹார்ப்பெர் எந்த நாட்டைச் சேர்ந்தவர்?
இங்கிலாந்து

மாரத்தான் ஓட்ட வீரர் ட்ரீசி எந்த நாட்டைச் சேர்ந்தவர்?
அயர்லாந்து

மாரத்தான் ஓட்ட வீரர் டெமார் எந்த நாட்டு வீரர்?
அமெரிக்கா

மாரத்தான் ஓட்ட வீரர் ஜார்ஜ் ஆட்டன் எந்த நாட்டைச் சேர்ந்தவர்?
கனடா

மாரத்தான் ஓட்ட வீரர் ஜோசப் கெட்டா எந்த நாட்டைச் சேர்ந்தவர்?
கென்யா

மாரத்தான் ஓட்ட வீரர் பென்னட் எந்த நாட்டைச் சேர்ந்தவர்?
இங்கிலாந்து

மாரத்தான் ஓட்ட வீரர் நீயூடன் எந்த நாட்டைச் சேர்ந்தவர்?
அமெரிக்கா

மாரத்தான் ஓட்ட வீரர் டிஸ்லே எந்த நாட்டைச் சேர்ந்தவர்?
இங்கிலாந்து

மாரத்தான் ஓட்ட வீரர் ஆர்தர் ரூசல் எந்த நாட்டைச் சேர்ந்தவர்?
இங்கிலாந்து

மாரத்தான் ஓட்ட வீரர் ராபின்சன் எந்த நாட்டைச் சேர்ந்தவர்?
இங்கிலாந்து

மாரத்தான் ஓட்ட வீரர் கேகோ எந்த நாட்டைச் சேர்ந்தவர்?
கென்யா

மாரத்தான் ஓட்ட வீரர் டோம்பெர்ட் எந்த நாட்டைச் சேர்ந்தவர்?
ஜெர்மனி

மாரத்தான் ஓட்ட வீரர் யஸ் எந்த நாட்டைச் சேர்ந்தவர்?
அமெரிக்கா

முதன்முதலில் எங்கே எப்போது ஒலிம்பிக் நடைபெற்றது?
கிரேக்க நாட்டில் கி.மு. 776ல்

1896ல் ஏதென்சில் நடைபெற்ற ஒலிம்பிக்கை துவக்கி வைத்தவர் யார்?
முதலாம் ஜார்ஜ் மன்னர்

முதலாம் ஒலிம்பிக்கில் கலந்து கொண்ட வீரர்கள் எத்தனை பேர்?
311

1990ல் பாரிசில் நடந்த ஒலிம்பிக் விளையாட்டு நாயகன் யார்?
ஆல்வின் கிரேஞ்சர்

1904ல் செயின்ட் லூயிசில் ஒலிம்பிக்கில் கலந்து கொண்ட வீரர்கள் எத்தனை பேர்?
675 வீரர்கள்

1908ல் லண்டனில் நடைபெற்ற ஒலிம்பிக்கில் பிரிட்டன் எத்தனை தங்கப்பதக்கம் வென்றது?
56

1912ல் ஸ்டாக் ஹோமில் ஒலிம்பிக்கில் பங்கேற்ற நாடுகள் எத்தனை?
28

1916ல் பெர்லினில் ஒலிம்பிக்போட்டி ஏன் நடைபெறவில்லை?
முதல் உலகயுத்தம் காரணமாக

1928ல் ஆம்ஸ்டர் டாமில் ஒலிம்பிக்கில் பங்கேற்ற நாடுகள் எத்தனை?
46

1932ல் ஏஞ்சல்ஸில் ஒலிம்பிக்கில் பங்கேற்ற நாடுகள் எத்தனை?
37

1948ல் லண்டனில் ஒலிம்பிக்கில் பங்கேற்ற நாடுகள் எத்தனை?
9

1952ல் ஹெல்சிங்கில் ஒலிம்பிக்கில் பங்கேற்ற நாடுகள் எத்தனை?
69

1956ல் மெல்பேர்னில் ஒலிம்பிக்கில் பங்கேற்ற நாடுகள் எத்தனை?
71

1960ல் ரோமில் ஒலிம்பிக்கில் பங்கேற்ற நாடுகள் எத்தனை?
83

1964ல் டோக்யோவில் ஒலிம்பிக்கில் பங்கேற்ற நாடுகள் எத்தனை?
93

குத்துச்சண்டை வீரர் எட்வர்டு ஈகன் எந்த நாட்டைச் சேர்ந்தவர்?
அமெரிக்கா

குத்துச்சண்டை வீரர் விகடர் அவன்டெனா எந்த நாட்டைச் சேர்ந்தவர்?
அர்ஜென்டினா

குத்துச்சண்டை வீரர் ஜார்ஜ் ஹண்டர் எந்த நாட்டைச் சேர்ந்தவர்?
தென் ஆப்பிரிக்கா

குத்துச்சண்டை வீரர் மேடி பார்லோ எந்த நாட்டைச் சேர்ந்தவர்?
யுகோஸ்லோவியா

குத்துச்சண்டை வீரர் டோர் ஸ்டன்மே எந்த நாட்டைச் சேர்ந்தவர்?
ஜெர்மனி

குத்துச்சண்டை வீரர் ஜினோ ரோஸி எந்த நாட்டைச் சேர்ந்தவர்?
இத்தாலி

குத்துச்சண்டை வீரர் பாவல் ஸ்ரே எந்த நாட்டைச் சேர்ந்தவர்?
போலந்து

குத்துச்சண்டை வீரர் காரல் மில்ஜோன் எந்த நாட்டைச் சேர்ந்தவர்?
ஹாலந்து

குத்துச்சண்டை வீரர் அலெக்ஸாண்டர் நிகோலஸ் எந்த நாட்டைச் சேர்ந்தவர்?
பல்கேரியா

குத்துச்சண்டை வீரர் ரிக்கார்டோ ரோஜாஸ் எந்த நாட்டைச் சேர்ந்தவர்?
கியூபா

குத்துச்சண்டை வீரர் சாமுவெல்பெர்ஜர் எந்த நாட்டைச் சேர்ந்தவர்?
அமெரிக்கா

குத்துச்சண்டை வீரர் ஜூன் செஸ் எந்த நாட்டைச் சேர்ந்தவர்?
பிரான்ஸ்

குத்துச்சண்டை வீரர் ஹாரி இசாக்ஸ் எந்த நாட்டைச் சேர்ந்தவர்?
தென் ஆப்பிரிக்கா

குத்துச்சண்டை வீரர் ஜார்ஜ் டர்பின் எந்த நாட்டைச் சேர்ந்தவர்?
இங்கிலாந்து

குத்துச்சண்டை வீரர் டேல் வால்டர்ஸ் எந்த நாட்டைச் சேர்ந்தவர்?
கனடா

குத்துச்சண்டை வீரர் ரிச்சார்டுகன் எந்த நாட்டைச் சேர்ந்தவர்?
இங்கிலாந்து

குத்துச்சண்டை வீரர் ஜான்பீல்டு எந்த நாட்டைச் சேர்ந்தவர்?
அமெரிக்கா

குத்துச்சண்டை வீரர் கான்மெலோ ரோபெல்டோ எந்த நாட்டைச் சேர்ந்தவர்?
அர்ஜென்டினா

குத்துச்சண்டை வீரர் எமெஸ்டோபோர்மென்டி எந்த நாட்டைச் சேர்ந்தவர்?
இத்தாலி

குத்துச்சண்டை வீரர் பிரான்சிஸ்கோ மியுசோ எந்த நாட்டைச் சேர்ந்தவர்?
இத்தாலி

குத்துச்சண்டை வீரர் அன்டோனியோ ரோல்டன் எந்த நாட்டைச் சேர்ந்தவர்?
மெக்ஸிகோ

குத்துச்சண்டை வீரர் ஏஞ்சல் ஹொரா‌ரா எந்த நாட்டைச் சேர்ந்தவர்?
கியூபா

1968ல் மெக்ஸிகோவில் ஒலிம்பிக்கில் பங்கேற்ற நாடுகள் எத்தனை?
112

1972ல் முனிச்சில் ஒலிம்பிக்கில் பங்கேற்ற நாடுகள் எத்தனை?
122

1976ல் மாண்ட்ரீலிஸ் ஒலிம்பிக்கில் பங்கேற்ற நாடுகள் எத்தனை?
92

1980ல் மாஸ்கோவில் ஒலிம்பிக்கில் பங்கேற்ற நாடுகள் எத்தனை?
81

1984ல் லாஸ் ஏஞ்சலில் ஒலிம்பிக்கில் பங்கேற்ற நாடுகள் எத்தனை?
140

1988ல் சியோரில் ஒலிம்பிக்கில் பங்கேற்ற நாடுகள் எத்தனை?
159

1992ல் பார்சிலோனாவில் ஒலிம்பிக்கில் பங்கேற்ற நாடுகள் எத்தனை?
169

1996ல் அட்லாண்டாவில் ஒலிம்பிக்கில் பங்கேற்ற நாடுகள் எத்தனை?
197

துப்பாக்கி சுடும் வீரர் சம்மர்பெய்ன் எந்த நாட்டுக்காரர்?
அமெரிக்கா

துப்பாக்கி சுடும் வீரர் ஆல்ப்ரடட்லான் எந்த நாட்டுக்காரர்?
அமெரிக்கா

துப்பாக்கி சுடும் வீரர் அலெக்னிகுஸ்சின் எந்த நாட்டுக்காரர்?
ரஷ்யா

துப்பாக்கி சுடும் வீரர் ரெக்னர் சங்கர் எந்த நாட்டுக்காரர்?
ஸ்வீடன்

துப்பாக்கி சுடும் வீரர் கிரிகொரி கோசிக் எந்த நாட்டுக்காரர்?
ருஷ்யா

துப்பாக்கி சுடும் வீரர் ஓவ் போட்டக் எந்த நாட்டுக்காரர்?
ஜெர்மனி

துப்பாக்கி சுடும் வீரர் சோரின்பாபி எந்த நாட்டுக்காரர்?
ரோம்

துப்பாக்கி சுடும் வீரர் போரிஸ் கோக்கரேவ் எந்த நாட்டுக்காரர்?
ரஷ்யா

குத்துச்சண்டை வீரர் ரூடி பிங்க் எந்த நாட்டைச் சேர்ந்தவர்?
ஜெர்மனி

குத்துச்சண்டை வீரர் பிரான்க் ஹாலர் எந்த நாட்டைச் சேர்ந்தவர்?
அமெரிக்கா

குத்துச்சண்டை வீரர் மோரிஸ் எந்த நாட்டைச் சேர்ந்தவர்?
இங்கிலாந்து

குத்துச்சண்டை வீரர் ஜோசப் சாலாஸ் எந்த நாட்டைச் சேர்ந்தவர்?
அமெரிக்கா

குத்துச்சண்டை வீரர் டெனிஸ் ஹெப்பர்டு எந்த நாட்டைச் சேர்ந்தவர்?
தென்னாப்பிரிக்கா

குத்துச்சண்டை வீரர் தாமஸ் நிக்கோலாஸ் எந்த நாட்டைச் சேர்ந்தவர்?
இங்கிலாந்து

குத்துச்சண்டை வீரர் ஆல்பர்ட் ராபின்கன் எந்த நாட்டைச் சேர்ந்தவர்?
அமெரிக்கா

குத்துச்சண்டை வீரர் அடால்ஃபோ ஹோர்பி எந்த நாட்டைச் சேர்ந்தவர்?
கியூபா

குத்துச்சண்டை வீரர் ஃபிரட் ஜில்மோர் எந்த நாட்டைச் சேர்ந்தவர்?
அமெரிக்கா

குத்துச்சண்டை வீரர் ஹெரால்டு டேவின் எந்த நாட்டைச் சேர்ந்தவர்?

அமெரிக்கா

நீச்சல் வீரர் மாத்யு வெல்ஸ் எந்த நாட்டுக்காரர்?

ஆஸ்திரேலியா

நீச்சல் வீரர் புரூக்பென்னட் எந்த நாட்டுக்காரர்?

அமெரிக்கா

நீச்சல் வீரர் மைக்கேல்க்ளீம் எந்த நாட்டுக்காரர்?

ஆஸ்திரேலியா

நீச்சல் வீரர் டயானா முன்ஸ் எந்த நாட்டுக்காரர்?

அமெரிக்கா

நீச்சல் வீரர் கிராண்ட் ஹாக்கெட் எந்த நாட்டுக்காரர்?

ஆஸ்திரேலியா

நீச்சல் வீரர் கிரிஸ்டி கோவல் எந்த நாட்டுக்காரர்?

அமெரிக்கா

நீச்சல் வீரர் கீரன் பெர்கின்ஸ் எந்த நாட்டுக்காரர்?

ஆஸ்திரேலியா

நீச்சல் வீரர் அமெண்டாபேர்டு எந்த நாட்டுக்காரர்?

அமெரிக்கா

நீச்சல் வீரர் ஜண்டின் நாரிஸ் எந்த நாட்டுக்காரர்?

ஆஸ்திரேலியா

நீச்சல் வீரர் கர்ட்டிஸ் மைடன் எந்த நாட்டுக்காரர்?

கனடா

நீச்சல் வீரர் க்ளாடியா போல் எந்த நாட்டுக்காரர்?

கோஸ்டாரிகா

நீச்சல் வீரர் டானா டோர்ஸ் எந்த நாட்டுக்காரர்?

அமெரிக்கா

நீச்சல் வீரர் ஸ்டீவ் தோலக் எந்த நாட்டுக்காரர்?

ஜெர்மனி

நீச்சல் வீரர் டொமினி கோபயேரவந்தி எந்த நாட்டுக்காரர்?

இத்தாலி

நீச்சல் வீரர் மாய் நாகமுரா எந்த நாட்டுக்காரர்?

ஜப்பான்

நீச்சல் வீரர் மிக்கி நாகோ எந்த நாட்டுக்காரர்?

ஜப்பான்

ஒலிம்பிக் குத்துச்சண்டை வீரர் எரிடாடி முக்வங்கா எந்த நாட்டுக்காரர்?
உகாண்டா

ஒலிம்பிக் குத்துச்சண்டை வீரர் அல்போன்சு சாமோரா எந்த நாட்டுக்காரர்?
மெக்ஸிகோ

ஒலிம்பிக் குத்துச்சண்டை வீரர் சார்லஸ் டூனி எந்த நாட்டுக்காரர்?
அமெரிக்கா

ஒலிம்பிக் குத்துச்சண்டை வீரர் பெர்னார்டோ பினாங்கோ எந்த நாட்டுக்காரர்?
வெனிஸ்

ஒலிம்பிக் குத்துச்சண்டை வீரர் ஹெக்டர் லோபஸ் எந்த நாட்டுக்காரர்?
மெக்ஸிகோ

ஒலிம்பிக் குத்துச்சண்டை வீரர் வேய்ன்மெக்கு லோவ் எந்த நாட்டுக்காரர்?
அயர்லாந்து

ஒலிம்பிக் குத்துச்சண்டை வீரர் வெப் எந்த நாட்டுக்காரர்?
இங்கிலாந்து

ஒலிம்பிக் குத்துச்சண்டை வீரர் ஜேம்ஸ் மெக்கன்சி எந்த நாட்டுக்காரர்?
இங்கிலாந்து

ஒலிம்பிக் குத்துச்சண்டை வீரர் ஜீன்செஸ் எந்த நாட்டுக்காரர்?
பிரான்ஸ்

ஒலிம்பிக் குத்துச்சண்டை வீரர் பிடல்ஓர்டிஸ் எந்த நாட்டுக்காரர்?
மெக்ஸிகோ

ஒலிம்பிக் குத்துச்சண்டை வீரர் பிரடாரிக் கில்லோரி எந்த நாட்டுக்காரர்?
அயர்லாந்து

ஒலிம்பிக் குத்துச்சண்டை வீரர் பிருனோ பென்டிஸ் எந்த நாட்டுக்காரர்?
போலந்து

துப்பாக்கி சுடும் வீரர் மார்க்அரி எந்த நாட்டைச் சேர்ந்தவர்?
அமெரிக்கா

துப்பாக்கி சுடும் வீரர் கலியானோ ரோஸினி எந்த நாட்டைச் சேர்ந்தவர்?
இத்தாலி

துப்பாக்கி சுடும் வீரர் டான் ஹால்டாமன் எந்த நாட்டைச் சேர்ந்தவர்?
அமெரிக்கா

துப்பாக்கி சுடும் வீரர் ரேனே கயாத் எந்த நாட்டைச் சேர்ந்தவர்?
பிரான்ஸ்

துப்பாக்கி சுடும் வீரர் ஆல்ப்ரட் எந்த நாட்டைச் சேர்ந்தவர்?
ஜெர்மனி

துப்பாக்கி சுடும் வீரர் பாவல் சௌச்சேவ் எந்த நாட்டைச் சேர்ந்தவர்?
ரஷ்யா

துப்பாக்கி சுடும் வீரர் தாமஸ்காரிகஸ் எந்த நாட்டைச் சேர்ந்தவர்?
அமெரிக்கா

துப்பாக்கி சுடும் வீரர் ஜோஸ்லே காடோஸ் எந்த நாட்டைச் சேர்ந்தவர்?
அமெரிக்கா

துப்பாக்கி சுடும் வீரர் சிட்னிமெர்வின் எந்த நாட்டைச் சேர்ந்தவர்?
இங்கிலாந்து

துப்பாக்கி சுடும் வீரர் கரால்டுமெர்லின் எந்த நாட்டைச் சேர்ந்தவர்?
இங்கிலாந்து

துப்பாக்கி சுடும் வீரர் அலெக்ஸாண்டர் மாண்டர் எந்த நாட்டைச் சேர்ந்தவர்?
இங்கிலாந்து

துப்பாக்கி சுடும் வீரர் பிரான்சு ரைட் எந்த நாட்டைச் சேர்ந்தவர்?
அமெரிக்கா

துப்பாக்கி சுடும் வீரர் வில்லியம் மோரிஸ் எந்த நாட்டைச் சேர்ந்தவர்?
அமெரிக்கா

துப்பாக்கி சுடும்வீரர் ஜார்ஜ்டேம் எந்த நாட்டைச் சேர்ந்தவர்?
ஜெர்மனி

துப்பாக்கி சுடும் வீரர் பிரான்ஸ் பீட்டர்ஸ் எந்த நாட்டைச் சேர்ந்தவர்?
பெல்ஜியம்

துப்பாக்கி சுடும் வீரர் லான்ஸ் பேடி எந்த நாட்டைச் சேர்ந்தவர்?
அமெரிக்கா

துப்பாக்கி சுடும் வீரர் சில்வனோ பசாக்னி எந்த நாட்டைச் சேர்ந்தவர்?
இத்தாலி

துப்பாக்கி சுடும் வீரர் ஜோஸ் பேனாசக் எந்த நாட்டைச் சேர்ந்தவர்?
ஜெர்மனி

துப்பாக்கி சுடும் வீரர் மாத்யுடிரைக் எந்த நாட்டைச் சேர்ந்தவர்?
அமெரிக்கா

துப்பாக்கி சுடும் வீரர் எனியன் போல்கோ எந்த நாட்டைச் சேர்ந்தவர்?
இத்தாலி

துப்பாக்கி சுடும் வீரர் எர்ரிக் சுவிஸ்க்கேஸ் எந்த நாட்டைச் சேர்ந்தவர்?
ஹாலந்து

துப்பாக்கி சுடும் வீரர் ராபர்ட்டோ கார்சியா எந்த நாட்டைச் சேர்ந்தவர்?
கியூபா

துப்பாக்கி சுடும் வீரர் ஆன்ட்ரியா பெனலி எந்த நாட்டைச் சேர்ந்தவர்?
இத்தாலி

துப்பாக்கி சுடும் வீரர் பிலிபபிஹெர்பர்ரி எந்த நாட்டைச் சேர்ந்தவர்?
பிரான்ஸ்

துப்பாக்கி சுடும் வீரர் பிராங்க் பாடியேக் எந்த நாட்டைச் சேர்ந்தவர்?
பிரான்ஸ்

துப்பாக்கி சுடும் வீரர் பாரிடாகர் எந்த நாட்டைச் சேர்ந்தவர்?
இங்கிலாந்து

துப்பாக்கி சுடும் வீரர் ரூஸ்வல்மார்க் எந்த நாட்டைச் சேர்ந்தவர்?
ஆஸ்திரேலியா

துப்பாக்கி சுடும் வீராங்கனை லிண்டாதோம் எந்த நாட்டைச் சேர்ந்தவர்?
ரஷ்யா

துப்பாக்கி சுடும் வீராங்கனை ரூபிஃபாக்ஸ் எந்த நாட்டைச் சேர்ந்தவர்?
அமெரிக்கா

துப்பாக்கி சுடும் வீராங்கனை டயானா யோர் கோவா எந்த நாட்டைச் சேர்ந்தவர்?
பல்கேரியா

துப்பாக்கி சுடும் வீராங்கனை ஜஸ்னா சேகரிக் எந்த நாட்டைச் சேர்ந்தவர்?
யுகோஸ்லோவியா

துப்பாக்கி சுடும் வீராங்கனை லானிமெய்லி எந்த நாட்டைச் சேர்ந்தவர்?
அமெரிக்கா

லைட் பிளை வெயிட் (LFW) குத்துச்சண்டையில் 1968ல் ஒலிம்பிக்கில் தங்கப் பதக்கம் பெற்ற நாடு எது?
வெனிஸ்

1972 ஒலிம்பிக்கில் குத்துச்சண்டையில் தங்கப்பதக்கம் வென்ற நாடு எது?
ஹங்கேரி

1976 ஒலிம்பிக் குத்துச்சண்டை (LFW) தங்கப் பதக்கம் வென்ற நாடு எது?
கியூபா

1980 ஒலிம்பிக் குத்துச்சண்டை (LFW) தங்கப் பதக்கம் வென்ற நாடு எது?
அமெரிக்கா

1984 ஒலிம்பிக் குத்துச்சண்டை (LFW) தங்கப் பதக்கம் வென்ற நாடு எது?
அமெரிக்கா

1988 ஒலிம்பிக் குத்துச்சண்டை (LFW) தங்கப் பதக்கம் வென்ற நாடு எது?
பல்கேரியா

1992 ஒலிம்பிக் குத்துச்சண்டை (LFW) தங்கப் பதக்கம் வென்ற நாடு எது?
கியூபா

1996 ஒலிம்பிக் குத்துச்சண்டை (LFW) தங்கப் பதக்கம் வென்ற நாடு எது?
பல்கேரியா

2000 ஒலிம்பிக் குத்துச்சண்டை (LFW) தங்கப் பதக்கம் வென்ற நாடு எது?
பிரான்ஸ்

1968 ஒலிம்பிக் குத்துச்சண்டை (LFW) வெள்ளிப் பதக்கம் வென்ற நாடு எது?
கொரியா

1980 ஒலிம்பிக் குத்துச்சண்டை (LFW) வெள்ளிப் பதக்கம் வென்ற நாடு எது?
கியூபா

1984 ஒலிம்பிக் குத்துச்சண்டை (LFW) வெள்ளிப் பதக்கம் வென்ற நாடு எது?
இத்தாலி

குத்துச்சண்டை வீரர் வில்லியம் மேயர்ஸ் எந்த நாட்டைச் சேர்ந்தவர்?
தென்னாப்பிரிக்கா

குத்துச்சண்டை வீரர் சார்லஸ் பிரஷன் எந்த நாட்டைச் சேர்ந்தவர்?
அமெரிக்கா

குத்துச்சண்டை வீரர் ஹெய்ன்ஸ் ஷலட்ஸ் எந்த நாட்டைச் சேர்ந்தவர்?
ஜெர்மனி

குத்துச்சண்டை வீரர் ஆந்திராஸ் போடோஸ் எந்த நாட்டைச் சேர்ந்தவர்?
ஹங்கேரி

குத்துச்சண்டை வீரர் துர்கட் அய்கோக் எந்த நாட்டைச் சேர்ந்தவர்?
துருக்கி

குத்துச்சண்டை வீரர் லீஸீகியுக் எந்த நாட்டைச் சேர்ந்தவர்?
கொரியா

குத்துச்சண்டை வீரர் கார்லோ ஆர்லண்டி எந்த நாட்டைச் சேர்ந்தவர்?
இத்தாலி

குத்துச்சண்டை வீரர் ஹோசின் சொல்டானி எந்த நாட்டைச் சேர்ந்தவர்?
அல்ஜீரியா

குத்துச்சண்டை வீரர் ஜேம்ஸ் ஈகன் எந்த நாட்டைச் சேர்ந்தவர்?
அமெரிக்கா

குத்துச்சண்டை வீரர் ஹாரிகுர்சாட் எந்த நாட்டைச் சேர்ந்தவர்?
ஜெர்மனி

குத்துச்சண்டை வீரர் ஜார்ஜ் க்ரோம் எந்த நாட்டைச் சேர்ந்தவர்?
ஸ்வீடன்

குத்துச்சண்டை வீரர் ஜான்சன் எந்த நாட்டைச் சேர்ந்தவர்?
இங்கிலாந்து

குத்துச்சண்டை வீரர் நாதன்போர் எந்த நாட்டைச் சேர்ந்தவர்?
அமெரிக்கா

குத்துச்சண்டை வீரர் அந்தோனி பீம் எந்த நாட்டைச் சேர்ந்தவர்?
அயர்லாந்து

குத்துச்சண்டை வீரர் சிசங்சன் எந்த நாட்டைச் சேர்ந்தவர்?
கொரியா

குத்துச்சண்டை வீரர் ஆர்லங் அட்கின்ஸ் எந்த நாட்டைச் சேர்ந்தவர்?
அமெரிக்கா

குத்துச்சண்டை வீரர் ஜொர்கிகுலோஸ் எந்த நாட்டைச் சேர்ந்தவர்?
போலந்து

குத்துச்சண்டை வீரர் ஜெர்ரிபேஜ் எந்த நாட்டைச் சேர்ந்தவர்?
அமெரிக்கா

குத்துச்சண்டை வீரர் வின்செண்ட் கேரன் எந்த நாட்டைச் சேர்ந்தவர்?
க்யுபா

குத்துச்சண்டை வீரர் ஏஞ்சல் ரஞ்சலாவ் எந்த நாட்டைச் சேர்ந்தவர்?
பல்கேரியா

குத்துச்சண்டை வீரர் தாவி உம்பான்மகா எந்த நாட்டைச் சேர்ந்தவர்?
தாய்லாந்து

குத்துச்சண்டை வீரர் ஓக்டே உர்கல் எந்த நாட்டைச் சேர்ந்தவர்?
ஜெர்மனி

குத்துச்சண்டை வீரர் ஹென்றி லோப்கர் எந்த நாட்டைச் சேர்ந்தவர்?
தென் ஆப்பிரிக்கா

குத்துச்சண்டை வீரர் விலாடிமிர் கோலவ் எந்த நாட்டைச் சேர்ந்தவர்?
பல்கேரியா

குத்துச்சண்டை வீரர் அந்தோணி வில்ஸ் எந்த நாட்டைச் சேர்ந்தவர்?
இங்கிலாந்து

குத்துச்சண்டை வீரர் ஆல்பர்ட்யங் எந்த நாட்டைச் சேர்ந்வர்?
அமெரிக்கா

குத்துச்சண்டை வீரர் ஜீன்டெலார்ஜ் எந்த நாட்டைச் சேர்ந்தவர்?
பெல்ஜியம்

குத்துச்சண்டை வீரர் ஸ்டென்சுவ்யோ எந்த நாட்டைச் சேர்ந்தவர்?
பின்லாந்து

குத்துச்சண்டை வீரர் மைக்கேல்காரூஷ் எந்த நாட்டைச் சேர்ந்தவர்?
அயர்லாந்து

குத்துச்சண்டை வீரர் எமிலோ கொரியா எந்த நாட்டைச் சேர்ந்தவர்?
கியூபா

குத்துச்சண்டை வீரர் ஹாரர்ரிங்பேன்ஜர் எந்த நாட்டைச் சேர்ந்தவர்?
அமெரிக்கா

குத்துச்சண்டை வீரர் ஹெக்டர்மென்டஸ் எந்த நாட்டைச் சேர்ந்தவர்?
அர்ஜென்டினா

குத்துச்சண்டை வீரர் பிரடெரிக்டேட் எந்த நாட்டைச் சேர்ந்தவர்?
அயர்லாந்து

குத்துச்சண்டை வீரர் ஜான்முகாபி எந்த நாட்டைச் சேர்ந்தவர்?
உகாண்டா

குத்துச்சண்டை வீரர் யங்கூசன் எந்த நாட்டைச் சேர்ந்தவர்?
கொரியா

குத்துச்சண்டை வீரர் ஜோசப்லைடன் எந்த நாட்டைச் சேர்ந்தவர்?
அமெரிக்கா

குத்துச்சண்டை வீரர் ராய்மன்ட் ஸ்மைல் எந்த நாட்டைச் சேர்ந்தவர்?
கனடா

குத்துச்சண்டை வீரர் கெவின் ஹோகர்த் எந்த நாட்டைச் சேர்ந்தவர்?
ஆஸ்திரேலியா

குத்துச்சண்டை வீரர் டிக்மிருங்கா எந்த நாட்டைச் சேர்ந்தவர்?
கென்யா

குத்துச்சண்டை வீரர் ஜோனி நிமான் எந்த நாட்டைச் சேர்ந்தவர்?
பின்லாந்து

குத்துச்சண்டை வீரர் ஆர்க்கம்டுசெஸ்லாய் எந்த நாட்டைச் சேர்ந்தவர்?
தாய்லாந்து

குத்துச்சண்டை வீரர் லாஸியோபாட் எந்த நாட்டைச் சேர்ந்தவர்?
ஹங்கேரி

குத்துச்சண்டை வீரர் ஆலன் மின்டார் எந்த நாட்டைச் சேர்ந்தவர்?
இங்கிலாந்து

குத்துச்சண்டை வீரர் ரோலண்டோ கார்பே எந்த நாட்டைச் சேர்ந்தவர்?
கியூபா

குத்துச்சண்டை வீரர் ராய்மண்ட் டௌனி எந்த நாட்டைச் சேர்ந்தவர்?
கனடா

குத்துச்சண்டை வீரர் சார்லஸ் மேயர் எந்த நாட்டைச் சேர்ந்தவர்?
அமெரிக்கா

குத்துச்சண்டை வீரர் ஜான்டக்லஸ் எந்த நாட்டைச் சேர்ந்தவர்?
இங்கிலாந்து

குத்துச்சண்டை வீரர் ஹார்ரி மாலின் எந்த நாட்டைச் சேர்ந்தவர்?
இங்கிலாந்து

குத்துச்சண்டை வீரர் எட்வர்டு க்ரூக் எந்த நாட்டைச் சேர்ந்தவர்?
ஜோஸ் கோமாஸ்

குத்துச்சண்டை வீரர் ஜோஸ் கோமாஸ் எந்த நாட்டைச் சேர்ந்தவர்?
கியூபா

குத்துச்சண்டை வீரர் ஜான்ரைட் எந்த நாட்டைச் சேர்ந்தவர்?
இங்கிலாந்து

குத்துச்சண்டை வீரர் ரோமன் டோடியா எந்த நாட்டைச் சேர்ந்தவர்?
சீனா

குத்துச்சண்டை வீரர் எஜர்டன் மார்கஸ் எந்த நாட்டைச் சேர்ந்தவர்?
கனடா

குத்துச்சண்டை வீரர் ஜோசப் பேகன் எந்த நாட்டைச் சேர்ந்தவர்?
பெல்ஜியம்

குத்துச்சண்டை வீரர் ஜில்பெர்ட் சாப்ரன் எந்த நாட்டைச் சேர்ந்தவர்?
பிரான்ஸ்

குத்துச்சண்டை வீரர் விக்டர் சலாஜர் எந்த நாட்டைச் சேர்ந்தவர்?
அர்ஜென்டினா

குத்துச்சண்டை வீரர் விக்டர் லூயிஸ் மார்டினாஸ் எந்த நாட்டைச் சேர்ந்தவர்?
கியூபா

குத்துச்சண்டை வீரர் கிறிஸ் ஜான்சன் எந்த நாட்டைச் சேர்ந்தவர்?
கனடா

குத்துச்சண்டை வீரர் மொமது பகாரி எந்த நாட்டைச் சேர்ந்தவர்?
அல்ஜீரியா

துப்பாக்கி சுடும் வீரர் பெர்ட்டில் ரோன்மார்க் எந்த நாட்டைச் சேர்ந்தவர்?
இங்கிலாந்து

துப்பாக்கி சுடும் வீரர் ஆர்தர்குக் எந்த நாட்டைச் சேர்ந்தவர்?
அமெரிக்கா

துப்பாக்கி சுடும் வீரர் பீட்டர்கோன்கே எந்த நாட்டைச் சேர்ந்தவர்?
ஜெர்மனி

துப்பாக்கி சுடும் வீரர் ஜான்குர்கா எந்த நாட்டைச் சேர்ந்தவர்?
ஜெர்மனி

துப்பாக்கி சுடும் வீரர் கரோலிவார்கா எந்த நாட்டைச் சேர்ந்தவர்?
ஹங்கேரி

துப்பாக்கி சுடும் ஹாரி ஹம்பி எந்த நாட்டைச் சேர்ந்தவர்?
இங்கிலாந்து

துப்பாக்கி சுடும் வீரர் வால்டர் தாம்சன் எந்த நாட்டைச் சேர்ந்தவர்?
அமெரிக்கா

துப்பாக்கி சுடும் வீரர் ஜேம்ஸ் ஹில் எந்த நாட்டைச் சேர்ந்தவர்?
அமெரிக்கா

துப்பாக்கி சுடும் வீரர் லோன்ஸ் விகர் எந்த நாட்டைச் சேர்ந்தவர்?
அமெரிக்கா

துப்பாக்கி சுடும் வீரர் சாயஸ்சல் எந்த நாட்டைச் சேர்ந்தவர்?
கொரியா

துப்பாக்கி சுடும் வீரர் ஜார்ஜ் பேம்ஸ் எந்த நாட்டைச் சேர்ந்தவர்?
இங்கிலாந்து

துப்பாக்கி சுடும் வீரர் ஹார்ரி பர்ட் எந்த நாட்டைச் சேர்ந்தவர்?
இங்கிலாந்து

துப்பாக்கி சுடும் வீரர் ஆர்தர் ஜாக்சன் எந்த நாட்டைச் சேர்ந்தவர்?
அமெரிக்கா

துப்பாக்கி சுடும் வீரர் ஜான் ரைட்டர் எந்த நாட்டைச் சேர்ந்தவர்?
அமெரிக்கா

துப்பாக்கி சுடும் வீரர் விக்டர் விலாசவ் எந்த நாட்டைச் சேர்ந்தவர்?
ரஷ்யா

துப்பாக்கி சுடும் வீரர் மால்கம் கூப்பர் எந்த நாட்டைச் சேர்ந்தவர்?
இங்கிலாந்து

துப்பாக்கி சுடும் வீரர் மாரட் நியாசவ் எந்த நாட்டைச் சேர்ந்தவர்?
ரஷ்யா

துப்பாக்கி சுடும் வீரர் லானிபாசம் எந்த நாட்டைச் சேர்ந்தவர்?
அமெரிக்கா

துப்பாக்கி சுடும் வீரர் அலிண்டர் ஆலன் எந்த நாட்டைச் சேர்ந்தவர்?
இங்கிலாந்து

துப்பாக்கி சுடும் வீரர் ராபர்ட் போர்த் எந்த நாட்டைச் சேர்ந்தவர்?
அமெரிக்கா

துப்பாக்கி சுடும் வீரர் போனங் ஆண்பரூவ் எந்த நாட்டைச் சேர்ந்தவர்?
ரஷ்யா

துப்பாக்கி சுடும் வீரர் லூயிங் டெப்ரே எந்த நாட்டைச் சேர்ந்தவர்?
பிரான்ஸ்

துப்பாக்கி சுடும் வீரர் அலெக்ஸாண்டர் காசவ் எந்த நாட்டைச் சேர்ந்தவர்?
ரஷ்யா

துப்பாக்கி சுடும் வீரர் நிவட் எந்த நாட்டைச் சேர்ந்தவர்?
பிரான்ஸ்

துப்பாக்கி சுடும் வீரர் கேட்யாரவ் எந்த நாட்டைச் சேர்ந்தவர்?
ரஷ்யா

துப்பாக்கி சுடும் வீரர் ஹாங்சிப்பிங் எந்த நாட்டைச் சேர்ந்தவர்?
சீனா

துப்பாக்கி சுடும் வீரர் ஜியோஜன் எந்த நாட்டைச் சேர்ந்தவர்?
சீனா

துப்பாக்கி சுடும் வீரர் காசவ் எந்த நாட்டைச் சேர்ந்தவர்?
ரஷ்யா

துப்பாக்கி சுடும் வீரர் ரோஜர் பிரைய்ன் எந்த நாட்டைச் சேர்ந்தவர்?
பிரான்ஸ்

துப்பாக்கி சுடும் வீரர் ஜெரால்டு மெர்லின் எந்த நாட்டைச் சேர்ந்தவர்?
இங்கிலாந்து

துப்பாக்கி சுடும் வீரர் சிட்னி மெர்லின் எந்த நாட்டைச் சேர்ந்தவர்?
இங்கிலாந்து

துப்பாக்கி சுடும் வீரர் வால்டர் ஈவிங் எந்த நாட்டைச் சேர்ந்தவர்?
கனடா

1992ல் ஒலிம்பிக் குத்துச்சண்டை (LFW) வெண்கலப் பதக்கம் வென்ற நாடு எது?
பிலிப்பைன்ஸ்

1996ல் ஒலிம்பிக் குத்துச்சண்டை (LFW) வெண்கலப் பதக்கம் வென்ற நாடு எது?
உக்ரைன்

2000ல் ஒலிம்பிக் குத்துச்சண்டை (LFW) வெண்கலப் பதக்கம் வென்ற நாடு எது?
கியூபா

1904ல் ஒலிம்பிக் குத்துச்சண்டையில் (Flyweight) ல் தங்கப் பதக்கம் வென்ற நாடு எது?
அமெரிக்கா

1920ல் ஒலிம்பிக் குத்துச்சண்டையில் (FW) ல் தங்கப் பதக்கம் வென்ற நாடு எது?
அமெரிக்கா

1928ல் ஒலிம்பிக் குத்துச்சண்டையில் (FW) ல் தங்கப் பதக்கம் வென்ற நாடு எது?
ஹங்கேரி

1932ல் ஒலிம்பிக் குத்துச்சண்டையில் (FW) ல் தங்கப் பதக்கம் வென்ற நாடு எது?
ஜெர்மனி

1948ல் ஒலிம்பிக் குத்துச்சண்டையில் (FW) ல் தங்கப் பதக்கம் வென்ற நாடு எது?
அர்ஜென்டைனா

1952ல் ஒலிம்பிக் குத்துச்சண்டையில் (FW) ல் தங்கப் பதக்கம் வென்ற நாடு எது?
அமெரிக்கா

1956ல் ஒலிம்பிக் குத்துச்சண்டையில் (FW) ல் தங்கப் பதக்கம் வென்ற நாடு எது?
இங்கிலாந்து

1960ல் ஒலிம்பிக் குத்துச்சண்டையில் (FW) ல் தங்கப் பதக்கம் வென்ற நாடு எது?
ஹங்கேரி

1988 ஒலிம்பிக் குத்துச்சண்டையில் (LFW) ல் வெள்ளிப் பதக்கம் வென்ற நாடு எது?
அமெரிக்கா

1992 ஒலிம்பிக் குத்துச்சண்டையில் (LFW) ல் வெள்ளிப் பதக்கம் வென்ற நாடு எது?
பல்கேரியா

1996 ஒலிம்பிக் குத்துச்சண்டையில் (LFW) ல் வெள்ளிப் பதக்கம் வென்ற நாடு எது?
பிலிப்பைன்ஸ்

2000 ஒலிம்பிக் குத்துச்சண்டையில் (LFW) ல் வெள்ளிப் பதக்கம் வென்ற நாடு எது?
கஜகஸ்தான்

1968 ஒலிம்பிக் குத்துச்சண்டையில் (LFW) ல் வெண்கலப் பதக்கம் வென்ற நாடு எது?
அமெரிக்கா

1972 ஒலிம்பிக் குத்துச்சண்டையில் (LFW) ல் வெண்கலப் பதக்கம் வென்ற நாடு எது?
இங்கிலாந்து

1976 ஒலிம்பிக் குத்துச்சண்டையில் (LFW) ல் வெண்கலப் பதக்கம் வென்ற நாடு எது?
தாய்லாந்து

1980 ஒலிம்பிக் குத்துச்சண்டையில் (LFW) ல் வெண்கலப் பதக்கம் வென்ற நாடு எது?
ஜாம்பியா

1984 ஒலிம்பிக் குத்துச்சண்டையில் (LFW) ல் வெண்கலப் பதக்கம் வென்ற நாடு எது?
ஜாம்பியா

1988 ஒலிம்பிக் குத்துச்சண்டையில் (LFW) ல் வெண்கலப் பதக்கம் வென்ற நாடு எது?
ஹங்கேரி

1952ல் ஒலிம்பிக் ஆடவர் கூடைப்பந்தாட்டத்தில் வெள்ளிப் பதக்கம் வென்ற நாடு எது?
ரஷ்யா

1960ல் ஒலிம்பிக் ஆடவர் கூடைப்பந்தாட்டத்தில் வெள்ளிப் பதக்கம் வென்ற நாடு எது?
ரஷ்யா

1964ல் ஒலிம்பிக் ஆடவர் கூடைப்பந்தாட்டத்தில் வெள்ளிப் பதக்கம் வென்ற நாடு எது?
ரஷ்யா

1968ல் ஒலிம்பிக் ஆடவர் கூடைப்பந்தாட்டத்தில் வெள்ளி பதக்கம் வென்ற நாடு எது?
யூகோஸ்லேவியா

1972ல் ஒலிம்பிக் ஆடவர் கூடைப்பந்தாட்டத்தில் வெள்ளி பதக்கம் வென்ற நாடு எது?
அமெரிக்கா

1980ல் ஒலிம்பிக் ஆடவர் கூடைப்பந்தாட்டத்தில் வெள்ளி பதக்கம் வென்ற நாடு எது?
இத்தாலி

1984ல் ஒலிம்பிக் ஆடவர் கூடைப்பந்தாட்டத்தில் வெள்ளி பதக்கம் வென்ற நாடு எது?
ஸ்பெயின்

1988ல் ஒலிம்பிக் ஆடவர் கூடைப்பந்தாட்டத்தில் வெள்ளி பதக்கம் வென்ற நாடு எது?
யூகோஸ்லேவியா

1992ல் ஒலிம்பிக் ஆடவர் கூடைப்பந்தாட்டத்தில் வெள்ளி பதக்கம் வென்ற நாடு எது?
குரேஷிமா

1996ல் ஒலிம்பிக் ஆடவர் கூடைப்பந்தாட்டத்தில் வெள்ளி பதக்கம் வென்ற நாடு எது?
யூகோஸ்லேவியா

2000ல் ஒலிம்பிக் ஆடவர் கூடைப்பந்தாட்டத்தில் வெள்ளி பதக்கம் வென்ற நாடு எது?
பிரான்ஸ்

1976ல் ஒலிம்பிக் மகளிர் கூடைப்பந்தாட்டத்தில் தங்கப் பதக்கம் வென்ற பெற்ற நாடு எது?
ரஷ்யா

1980ல் ஒலிம்பிக் மகளிர் கூடைப்பந்தாட்டத்தில் தங்கப் பதக்கம் வென்ற பெற்ற நாடு எது?
ரஷ்யா

1984ல் ஒலிம்பிக் மகளிர் கூடைப்பந்தாட்டத்தில் தங்கப் பதக்கம் வென்ற பெற்ற நாடு எது?
அமெரிக்கா

1988ல் ஒலிம்பிக் மகளிர் கூடைப்பந்தாட்டத்தில் தங்கப் பதக்கம் வென்ற பெற்ற நாடு எது?
அமெரிக்கா

1996ல் ஒலிம்பிக் மகளிர் கூடைப்பந்தாட்டத்தில் தங்கப் பதக்கம் வென்ற பெற்ற நாடு எது?
அமெரிக்கா

2000ல் ஒலிம்பிக் மகளிர் கூடைப்பந்தாட்டத்தில் தங்கப் பதக்கம் வென்ற பெற்ற நாடு எது?
அமெரிக்கா

1976ல் ஒலிம்பிக் மகளிர் கூடைப்பந்தாட்டத்தில் வெள்ளிப் பதக்கம் வென்ற பெற்ற நாடு எது?
அமெரிக்கா

1980ல் ஒலிம்பிக் மகளிர் கூடைப்பந்தாட்டத்தில் வெள்ளிப் பதக்கம் வென்ற பெற்ற நாடு எது?
பல்கேரியா

1984ல் ஒலிம்பிக் மகளிர் கூடைப்பந்தாட்டத்தில் வெள்ளிப் பதக்கம் வென்ற பெற்ற நாடு எது?
கொரியா

1988ல் ஒலிம்பிக் மகளிர் கூடைப்பந்தாட்டத்தில் வெள்ளிப் பதக்கம் வென்ற பெற்ற நாடு எது?
யுகோஸ்லோவியா

1936ல் ஒலிம்பிக் ஆடவர் கூடைப்பந்தாட்டத்தில் தங்கப் பதக்கம் வென்ற நாடு எது?
அமெரிக்கா

1988ல் ஒலிம்பிக் ஆடவர் கூடைப்பந்தாட்டத்தில் தங்கப் பதக்கம் வென்ற நாடு எது?
ரஷ்யா

1952ல் ஒலிம்பிக் ஆடவர் கூடைப்பந்தாட்டத்தில் தங்கப் பதக்கம் வென்ற நாடு எது?
அமெரிக்கா

1960ல் ஒலிம்பிக் ஆடவர் கூடைப்பந்தாட்டத்தில் தங்கப் பதக்கம் வென்ற நாடு எது?
அமெரிக்கா

1980ல் ஒலிம்பிக் ஆடவர் கூடைப்பந்தாட்டத்தில் தங்கப் பதக்கம் வென்ற நாடு எது?
யூகோஸ்லேவியா

1948ல் ஒலிம்பிக் ஆடவர் கூடைப்பந்தாட்டத்தில் தங்கப் பதக்கம் வென்ற நாடு எது?
அமெரிக்கா

1964ல் ஒலிம்பிக் ஆடவர் கூடைப்பந்தாட்டத்தில் தங்கப் பதக்கம் வென்ற நாடு எது?
அமெரிக்கா

1996ல் ஒலிம்பிக் ஆடவர் கூடைப்பந்தாட்டத்தில் தங்கப் பதக்கம் வென்ற நாடு எது?
அமெரிக்கா

2000ல் ஒலிம்பிக் ஆடவர் கூடைப்பந்தாட்டத்தில் தங்கப் பதக்கம் வென்ற நாடு எது?
கனடா

1936ல் ஒலிம்பிக் ஆடவர் கூடைப்பந்தாட்டத்தில் வெள்ளிப் பதக்கம் வென்ற நாடு எது?
கனடா

1948ல் ஒலிம்பிக் ஆடவர் கூடைப்பந்தாட்டத்தில் வெள்ளிப் பதக்கம் வென்ற நாடு எது?
பிரான்ஸ்

1964ல் ஒலிம்பிக் குத்துச்சண்டை (FW) ல் தங்கப் பதக்கம் வென்ற நாடு எது?
இத்தாலி

1968ல் ஒலிம்பிக் குத்துச்சண்டை (FW) ல் தங்கப் பதக்கம் வென்ற நாடு எது?
மெக்ஸிகோ

1972ல் ஒலிம்பிக் குத்துச்சண்டை (FW) ல் தங்கப் பதக்கம் வென்ற நாடு எது?
பல்கேரியா

1976ல் ஒலிம்பிக் குத்துச்சண்டை (FW) ல் தங்கப் பதக்கம் வென்ற நாடு எது?
அமெரிக்கா

1980ல் ஒலிம்பிக் குத்துச்சண்டை (FW) ல் தங்கப் பதக்கம் வென்ற நாடு எது?
பல்கேரியா

1984ல் ஒலிம்பிக் குத்துச்சண்டை (FW) ல் தங்கப் பதக்கம் வென்ற நாடு எது?
அமெரிக்கா

1988ல் ஒலிம்பிக் குத்துச்சண்டை (FW) ல் தங்கப் பதக்கம் வென்ற நாடு எது?
தென்கொரியா

1992ல் ஒலிம்பிக் குத்துச்சண்டை (FW) ல் தங்கப் பதக்கம் வென்ற நாடு எது?
வட கொரியா

1996ல் ஒலிம்பிக் குத்துச்சண்டை (FW) ல் தங்கப் பதக்கம் வென்ற நாடு எது?
கியூபா

1904ல் ஒலிம்பிக் குத்துச்சண்டை (FW) ல் தங்கப் பதக்கம் வென்ற நாடு எது?
அமெரிக்கா

1920ல் ஒலிம்பிக் குத்துச்சண்டை (ய்நி) ல் தங்கப் பதக்கம் வென்ற நாடு எது?
டென்மார்க்

1976ல் ஒலிம்பிக் மகளிர் கூடைப்பந்தாட்டத்தில் வெண்கலப் பதக்கம் வென்ற நாடு எது?
பல்கேரியா

1980ல் ஒலிம்பிக் மகளிர் கூடைப்பந்தாட்டத்தில் வெண்கலப் பதக்கம் வென்ற நாடு எது?
யுகோஸ்லேவியா

1984ல் ஒலிம்பிக் மகளிர் கூடைப்பந்தாட்டத்தில் வெண்கலப் பதக்கம் வென்ற நாடு எது?
சீனா

1988ல் ஒலிம்பிக் மகளிர் கூடைப்பந்தாட்டத்தில் வெண்கலப் பதக்கம் வென்ற நாடு எது?
ரஷ்யா

1992ல் ஒலிம்பிக் மகளிர் கூடைப்பந்தாட்டத்தில் வெண்கலப் பதக்கம் வென்ற நாடு எது?
அமெரிக்கா

1996ல் ஒலிம்பிக் மகளிர் கூடைப்பந்தாட்டத்தில் வெண்கலப் பதக்கம் வென்ற நாடு எது?
ஆஸ்திரேலியா

2000ல் ஒலிம்பிக் மகளிர் கூடைப்பந்தாட்டத்தில் வெண்கலப் பதக்கம் வென்ற நாடு எது?
பிரேசில்

2000ல் சிட்னியில் ஒலிம்பிக்கில் சீனா வென்ற தங்கப்பதக்கம் எத்தனை?
நான்கு

2000ல் சிட்னியில் ஒலிம்பிக்கில் கனடா தங்கப் பதக்கம் எத்தனை?
1

1908ல் ஒலிம்பிக் ஹாக்கி ஆடவர் பிரிவில் தங்கம் வென்ற நாடு எது?
இங்கிலாந்து

1920ல் ஒலிம்பிக் ஹாக்கி ஆடவர் பிரிவில் தங்கம் வென்ற நாடு எது?
இங்கிலாந்து

1924ல் ஒலிம்பிக் குத்துச்சண்டை (FW) ல் வெள்ளிப் பதக்கம் வென்ற நாடு எது?
இங்கிலாந்து

1928ல் ஒலிம்பிக் குத்துச்சண்டை (FW) ல் வெள்ளிப் பதக்கம் வென்ற நாடு எது?
இங்கிலாந்து

1932ல் ஒலிம்பிக் குத்துச்சண்டை (FW) ல் வெள்ளிப் பதக்கம் வென்ற நாடு எது?
மெக்ஸிகோ

1936ல் ஒலிம்பிக் குத்துச்சண்டை (FW) ல் வெள்ளிப் பதக்கம் வென்ற நாடு எது?
இத்தாலி

1948ல் ஒலிம்பிக் குத்துச்சண்டை (FW) ல் வெள்ளிப் பதக்கம் வென்ற நாடு எது?
தென் ஆப்பிரிக்கா

1952ல் ஒலிம்பிக் குத்துச்சண்டை (FW) ல் வெள்ளிப் பதக்கம் வென்ற நாடு எது?
இத்தாலி

1956ல் ஒலிம்பிக் குத்துச்சண்டை (FW) ல் வெள்ளிப் பதக்கம் வென்ற நாடு எது?
இங்கிலாந்து

1960ல் ஒலிம்பிக் குத்துச்சண்டை (FW) ல் வெள்ளிப் பதக்கம் வென்ற நாடு எது?
போலந்து

1964ல் ஒலிம்பிக் குத்துச்சண்டை (FW) ல் வெள்ளிப் பதக்கம் வென்ற நாடு எது?
பிலிப்பைன்ஸ்

1968ல் ஒலிம்பிக் குத்துச்சண்டை (FW) ல் வெள்ளிப் பதக்கம் வென்ற நாடு எது?
அமெரிக்கா

1972ல் ஒலிம்பிக் குத்துச்சண்டை (FW) ல் வெள்ளிப் பதக்கம் வென்ற நாடு எது?
கென்யா

1928ல் ஒலிம்பிக் ஹாக்கியில் தங்கம் வென்ற நாடு எது?
இங்கிலாந்து

1932ல் ஒலிம்பிக் ஹாக்கி ஆடவர் பிரிவில் தங்கம் வென்ற நாடு எது?
இந்தியா

1936ல் ஒலிம்பிக் ஹாக்கி ஆடவர் பிரிவில் தங்கம் வென்ற நாடு எது?
இந்தியா

1948ல் ஒலிம்பிக் ஹாக்கி ஆடவர் பிரிவில் தங்கம் வென்ற நாடு எது?
இந்தியா

1952ல் ஒலிம்பிக் ஹாக்கி ஆடவர் பிரிவில் தங்கம் வென்ற நாடு எது?
இந்தியா

1956ல் ஒலிம்பிக் ஹாக்கி ஆடவர் பிரிவில் தங்கம் வென்ற நாடு எது?
இந்தியா

1960ல் ஒலிம்பிக் ஹாக்கி ஆடவர் பிரிவில் தங்கம் வென்ற நாடு எது?
பாகிஸ்தான்

1964ல் ஒலிம்பிக் ஹாக்கி ஆடவர் பிரிவில் தங்கம் வென்ற நாடு எது?
இந்தியா

1968ல் ஒலிம்பிக் ஹாக்கி ஆடவர் பிரிவில் தங்கம் வென்ற நாடு எது?
பாகிஸ்தான்

1972ல் ஒலிம்பிக் ஹாக்கி ஆடவர் பிரிவில் தங்கம் வென்ற நாடு எது?
ஜெர்மனி

1976ல் ஒலிம்பிக் ஹாக்கி ஆடவர் பிரிவில் தங்கம் வென்ற நாடு எது?
நியுசிலாந்து

1980ல் ஒலிம்பிக் ஹாக்கி ஆடவர் பிரிவில் தங்கம் வென்ற நாடு எது?
இந்தியா

1984ல் ஒலிம்பிக் ஹாக்கி ஆடவர் பிரிவில் தங்கம் வென்ற நாடு எது?
பாகிஸ்தான்

1976ல் ஒலிம்பிக் குத்துச்சண்டை (FW) ல் வெள்ளிப் பதக்கம் வென்ற நாடு எது?
ஜெர்மனி

1980ல் ஒலிம்பிக் குத்துச்சண்டை (FW) ல் வெள்ளிப் பதக்கம் வென்ற நாடு எது?
கியூபா

1984ல் ஒலிம்பிக் குத்துச்சண்டை (FW) ல் வெள்ளிப் பதக்கம் வென்ற நாடு எது?
நைஜிரியா

1988ல் ஒலிம்பிக் குத்துச்சண்டை (FW) ல் வெள்ளிப் பதக்கம் வென்ற நாடு எது?
நைஜிரியா

1992ல் ஒலிம்பிக் குத்துச்சண்டை (FW) ல் வெள்ளிப் பதக்கம் வென்ற நாடு எது?
ஸ்பெயின்

1996ல் ஒலிம்பிக் குத்துச்சண்டை (FW) ல் வெள்ளிப் பதக்கம் வென்ற நாடு எது?
பல்கேரியா

1904ல் ஒலிம்பிக் குத்துச்சண்டை (FW) ல் வெண்கலப் பதக்கம் வென்ற நாடு எது?
அமெரிக்கா

1908ல் ஒலிம்பிக் குத்துச்சண்டை (FW) ல் வெண்கலப் பதக்கம் வென்ற நாடு எது?
இங்கிலாந்து

1920ல் ஒலிம்பிக் குத்துச்சண்டை (FW) ல் வெண்கலப் பதக்கம் வென்ற நாடு எது?
பிரிட்டன்

1924ல் ஒலிம்பிக் குத்துச்சண்டை (FW) ல் வெண்கலப் பதக்கம் வென்ற நாடு எது?
அர்ஜென்டினா

1928ல் ஒலிம்பிக் குத்துச்சண்டை (FW) ல் வெண்கலப் பதக்கம் வென்ற நாடு எது?
அமெரிக்கா

1996ல் ஒலிம்பிக் ஹாக்கி மகளிர் பிரிவில் வெண்கலம் வென்ற நாடு எது?
ஹாலந்து

தகாஷி கோபயாஷி மல்யுத்த வீரரின் நாடு எது?
ஜப்பான்

அகிராகுடோ மல்யுத்த வீரரின் நாடு எது?
ஜப்பான்

அலெக்ஸில்விலா மல்யுத்த வீரரின் நாடு எது?
கியூபா

சாபன் ட்ரிஸ்டெனா மல்யுத்த வீரரின் நாடு எது?
யுகோஸ்லோவியா

சாங்சன் சாங் மல்யுத்த வீரரின் நாடு எது?
கொரியா

ஹாலிட் பலாமீர் மல்யுத்த வீரரின் நாடு எது?
துருக்கி

அலெக்சாண்டர் இவானங் மல்யுத்த வீரரின் நாடு எது?
ரஷ்யா

துர்ஜோகன்சன் மல்யுத்த வீரரின் நாடு எது?
ஸ்வீடன்

ஜயோர்ஜ் மெக்னட் மல்யுத்த வீரரின் நாடு எது?
அமெரிக்கா

ஜெரால்டு லீமன் மல்யுத்த வீரரின் நாடு எது?
அமெரிக்கா

ரோமன் டிமிட்ரோவ் மல்யுத்த வீரரின் நாடு எது?
ரஷ்யா

ஹாசன் ஜெமிசி மல்யுத்த வீரரின் நாடு எது?
துருக்கி

சார்லஸ் எரிக்சன் எந்த நாட்டு மல்யுத்த வீரர்?
அமெரிக்கா

யாசர் டோகு குருக்கி எந்த நாட்டு மல்யுத்த வீரர்?
துருக்கி

கென்னத் மண்டே எந்த நாட்டு மல்யுத்த வீரர்?
அமெரிக்கா

டூர் ஆண்டர்சன் எந்த நாட்டு மல்யுத்த வீரர்?
ஸ்வீடன்

டேனியல் ராபின் எந்த நாட்டு மல்யுத்த வீரர்?
பிரான்ஸ்

ஓட்டோ மல்லர் எந்த நாட்டு மல்யுத்த வீரர்?
அமெரிக்கா

முகமது பஷீர் எந்த நாட்டு மல்யுத்த வீரர்?
பாகிஸ்தான்

காசிம் அய்யாஸ் எந்த நாட்டு மல்யுத்த வீரர்?
துருக்கி

ஸ்டான்லி பேகன் எந்த நாட்டு மல்யுத்த வீரர்?
இங்கிலாந்து

ஹாசன் கங்கோர் எந்த நாட்டு மல்யுத்த வீரர்?
துருக்கி

கேவின் ஜாக்சன் எந்த நாட்டு மல்யுத்த வீரர்?
அமெரிக்கா

டொனால்டு ஸ்டாக்டன் எந்த நாட்டு மல்யுத்த வீரர்?
கனடா

டேனியல் கோட்ஜ் எந்த நாட்டு மல்யுத்த வீரர்?
அமெரிக்கா

பிரடெரிக் பேக் எந்த நாட்டு மல்யுத்த வீரர்?
இங்கிலாந்து

எனிக் அலிண்டன் எந்த நாட்டு மல்யுத்த வீரர்?
ஸ்வீடன்

இஸ்ட் வான் கோவாகஸ் எந்த நாட்டு மல்யுத்த வீரர்?
ஹங்கேரி

பீட்டர் மெஹ்ரிங்கர் எந்த நாட்டு மல்யுத்த வீரர்?
அமெரிக்கா

ராபர்ட் ரோத் எந்த நாட்டு மல்யுத்த வீரர்?
அமெரிக்கா

வில்பிரைட் டையட்ரிச் எந்த நாட்டு மல்யுத்த வீரர்?
ஜெர்மனி

ஹாமில் கப்லான் எந்த நாட்டு மல்யுத்த வீரர்?
துருக்கி

ஜேக்கப் கண்டர்சன் எந்த நாட்டு மல்யுத்த வீரர்?
வடகொரியா

பொர்டில் ஆண்டர்சன் எந்த நாட்டு மல்யுத்த வீரர்?
ஸ்வீடன்

எட்மண்ட் பேரட் எந்த நாட்டு மல்யுத்த வீரர்?
இங்கிலாந்து

டைமோ ஹோங்டல் எந்த நாட்டு மல்யுத்த வீரர்?
பல்கேரியா

புரூஸ் பாம்காட்னர் எந்த நாட்டு மல்யுத்த வீரர்?
அமெரிக்கா

பாப் போட்லே எந்த நாட்டு மல்யுத்த வீரர்?
கனடா

கிறிஸ்டைலர் எந்த நாட்டு மல்யுத்த வீரர்?
அமெரிக்கா

ஸிம் க்வான்கோ எந்த நாட்டு மல்யுத்த வீரர்?
தென் கொரியா

ஃபெராங் சேர்ஸ் எந்த நாட்டு மல்யுத்த வீரர்?
ஹங்கேரி

நிக்கோலாய் சோலாவ்லவ் எந்த நாட்டு மல்யுத்த வீரர்?
ரஷ்யா

பாவல் பின்ஜின் எந்த நாட்டு மல்யுத்த வீரர்?
ரஷ்யா

வில்லியம் வுட் எந்த நாட்டு மல்யுத்த வீரர்?
இங்கிலாந்து

ஷிகேரு காஷாக்கு எந்த நாட்டு மல்யுத்த வீரர்?
ஜப்பான்

பார்ட் ஜங்சரன் எந்த நாட்டு மல்யுத்த வீரர்?
கொரியா

பீட்டர் ரைட் எந்த நாட்டு மல்யுத்த வீரர்?
இங்கிலாந்து

ஜூக்காராகுலா எந்த நாட்டு மல்யுத்த வீரர்?
பின்லாந்து

ஆர்வோ ஹாவிஸ்டோ எந்த நாட்டு மல்யுத்த வீரர்?
பின்லாந்து

மிச்சு இக்டா எந்த நாட்டு மல்யுத்த வீரர்?
ஜப்பான்

வில்லியம் பெக்மேன் எந்த நாட்டு மல்யுத்த வீரர்?
அமெரிக்கா

பெர் பெர்லின் எந்த நாட்டு மல்யுத்த வீரர்?
ஸ்வீடன்

பார்க் ஜங்சூன் எந்த நாட்டு மல்யுத்த வீரர்?
தென் கொரியா

எய்னோ லெய்னோ எந்த நாட்டு மல்யுத்த வீரர்?
பின்லாந்து

சாபன் செட்ஜி எந்த நாட்டு மல்யுத்த வீரர்?
யுகோஸ்லேவியா

தாகுபா ஓடா எந்த நாட்டு மல்யுத்த வீரர்?
ஜப்பான்

ஜேம்ஸ் ஸ்லிம் எந்த நாட்டு மல்யுத்த வீரர்?
இங்கிலாந்து

வெக்பி அக்டாக் எந்த நாட்டு மல்யுத்த வீரர்?
துருக்கி

சார்லஸ் கிளாப்பர் எந்த நாட்டு மல்யுத்த வீரர்?
இங்கிலாந்து

எய்னர் கரிசன் எந்த நாட்டு மல்யுத்த வீரர்?
ஸ்வீடன்

இவான் க்ராங் டேவ் எந்த நாட்டு மல்யுத்த வீரர்?
பல்கேரியா

எலிபிரங்டெடேலவ் எந்த நாட்டு மல்யுத்த வீரர்?
உக்ரேனியா

சார்லஸ் பேகம் எந்த நாட்டு மல்யுத்த வீரர்?
பிரான்ஸ்

கரோலி கார்படி எந்த நாட்டு மல்யுத்த வீரர்?
ஹங்கேரி

டான் கேபிள் எந்த நாட்டு மல்யுத்த வீரர்?
அமெரிக்கா

வாடிம் போஜிவ் எந்த நாட்டு மல்யுத்த வீரர்?
ரஷ்யா

கேங்டா பிரான்ட் போர்ஸ் எந்த நாட்டு மல்யுத்த வீரர்?
ஸ்வீடன்

கிக்குவா வாடா எந்த நாட்டு மல்யுத்த வீரர்?
ஜப்பான்

வாலன் டைன் கெட்சோ எந்த நாட்டு மல்யுத்த வீரர்?
பல்கேரியா

என்யு டிமோ எந்த நாட்டு மல்யுத்த வீரர்?
பல்கேரியா